TAYO AY LUBOS
NA NAKILALA SA
BAGONG
PAGLIKHA NA
NANUMBALIK
SA KAALAMAN
AYON SA
PARISAN
NG EKSAKTONG
LARAWAN NG ATING
MAY LUMIKHA
(COL 3:10, MIR)

HIGIT SA TAO

JUSTIN PAUL ABRAHAM

 INILATHALA NG SERAPH CREATIVE

DEDIKASYON

Sa karangalan ni

ERIC JOHN DAVIES
1928 - 2011

na nag-iwan ng espirituwal na pamana para sa mga
susunod na henerasyon

NILALAMAN

PAUNANG SALITA: ANG LIWAYWAY

Napansin mo ba na ang mundo ay mabilis na nagbabago?

Artipisyal na katalinuhan ay mabilis na lumalapit sa antas ng kamalayan ng tao.

Ang agham ay humahakbang sa gaano na pag-unawa sa transdimensyonal na kosmos.

Ang mga genetika ay namamapa at minamanipula na pinipilit ang pagbabago sa likas na katangian ng mga sarihay.

Ang mga radikal na kilusan ay lumaganap sa mundo na nagdadala ng napakalaking pagbabago sa lipunan.

Tayo ay nasa panahon ng pinakamalaking pagbabago sa loob ng maraming siglo – marahil ang pinakamalaking panahon ng pagbabago sa

kasaysayan ng sangkatauhan.

Ang sangkatauhan ay nagigising.

Tapos na ang mahabang tulog. Natunaw na ang tigas.

Ang mga palatandaan ay nasa lahat ng dako na ang aming mga sarihay ay nakalaan para sa isang bagay na mas malaki.

Ang propeta ng USA na si Larry Randolph ay sumulat:

Ang mundo ay mabilis na lumalapit sa isang panahon ng higlikas na kamalayan. Ang pagsasabi ng kapalaran, telepatikong komunikasyon, pagbabasa ng palad, hula sa oroskopyo, at iba pang paranormal na aktibidad ay nakakaranas ng muling pagkabuhay ng kasikatan.

Ang aming pagnanais na makarinig mula sa kabilang panig ay nagbunga ng maraming saykiko para sa upa at iba pang mga katamtamang katayuan ng tanyag na tao na sinasabing nakikita ang aming nakaraan, hinuhulaan ang aming hinaharap, at nakikipag-usap sa aming mga namatay na kamag-anak. Sa araw- araw ay binobomba tayo ng tunog ng pananaw sa hindi alam.

Ano ang sinasabi nito sa atin?[1]

Sa tingin ko ito ay nagsasabi sa atin ng kapitalismo, ateismo, at modernism ay nabigo na maabot ang marka. Ang institusyonal na Sistema ng kontrol ng relihiyon ay hindi nakakatugon sa espirituwal na pangangailangan. Mas marami tayong mga ari-arian kaysa sa alinmang nakaraang henerasyon, gayunpaman, hindi pa tayo nakaramdam ng kahungkagan.

Kami ay gumagalaw bilang isang sarihay. Ang sigaw ng mga pandaigdigang kilusan ng panalangin at mga bahay-dalanginan sa nakalipas na mga dekada ay sinasagot. Ang langit ay tumutugon.

May sakit sa kaloob-looban na tayo ay ginawa para sa isang bagay na higit pa. Isang panaginip na sadyang hindi nawawala. Bilang propetikong manunulat

minsang sinabi ni C.S. Lewis:

Kung masusumpungan ko sa aking sarili ang mga pagnanasa na walang makakatugon sa mundong ito, ang tanging lohikal na paliwanag ay na ako ay ginawa para sa ibang mundo.[2]

Yung ibang mundo ang tumatawag. Iyon ang ibang mundo kung saan tayo nararapat.

Sa una ay isang banayad na bulong ang umaalingawngaw sa aming isipan, na sumasagi sa aming mga pangarap na hindi namamalayan. Ngayon ay isa itong sigaw. Malakas itong umuusbong sa pamamagitan ng mga dekalibreng pelikula ng Hollywood, higit sa karaniwan na palabas sa TV, mistikal na libro at kulturang puspos ng espiritu.

Tapos na ang araw ng higit sa karaniwan na hindi pakikialam (Rick Joyner).[3]

Ang ulap ay gumagalaw at mas mainam na tayo ay gumalaw kasama nito (Patricia King).[4]

May isang Boses na tumatawag sa atin bilang isang uri pabalik sa plano ng ating Disenyo.

Isang Boses na tumatawag sa atin mula sa kamangmangan tungo sa isang malawak na hinaharap na lampas sa ating pinakamaligaw na mga pangarap. Isang hinaharap na lampas sa mga limitasyon ng espasyo at oras, ng isip at ng pisikal na katawan.

Isang hinaharap na "Higit sa Tao".

PANIMULA

ANG PAPARATING NA PAG-ANI

At ito ay mangyayari sa mga huling araw, ipinahayag ng Diyos, na ibubuhos Ko ang Aking Espiritu sa LAHAT ng sangkatauhan. (AMPC)... bawa't isa (CJB)... lahat ng tao (ERV) (Acts 2:17).

Ang mga ulap ng bagyo ay nagtitipon para sa pinakadakilang pagbubuhos sa lahat ng panahon, isang pandaigdigang pagsalakay ng dakilang biyaya, na nagbubunga ng espirituwal na kaliwanagan sa buong mundo at ang pagpapagaling ng mga bansa.

Maraming propeta sa nakalipas na siglo ang nakakita sa darating na pambihirang mga pangyayari, mga propetang tulad ni Paul Cain. Sa paglipas ng maraming taon, nakita ni Paul ang paulit-ulit na mala-walang malay na mga pangitain ng hinaharap. Para akong nanonood ng mala-pelikulang tabing na bumubukas sa harap ng kanyang mukha. Sa malalim na espirituwal na mga karanasang ito, nakita ni Paul ang mga pulutong na pumupuno sa mga istadyum na abala sa kalugud-lugod na pagsamba, araw at gabing nag-uulat ang mga mamamahayag ng balita tungkol sa mga nakamamanghang palatandaan, kasamang kinansela ang mga pangunahing kaganapan sa palakasan upang bigyang puwang ang paggising. Walang uliran na muling pagbabangon!

Noong Setyembre 1987, nakita ni Rick Joyner (MorningStar Ministries) ang isang malawak na panoramikong pangitain sa hinaharap. Sa hindi pangkaraniwang serye ng mga pagtatagpo na ito, nakita ni Rick ang pagbuhos ng Espiritu na nakatakdang lampasan ang bawat nakaraang makasaysayang paggising. Isinulat ito ni Rick sa kanyang aklat na *Visions of the Harvest*:

Sa lahat ng mga bansa, maraming tao ang dadaloy sa Panginoon. Ang pag-agos ay magiging napakahusay sa mga lugar na ang mga

napakabatang Kristiyano ay magpapastor sa malalaking grupo ng mga mananampalataya. Ang mga arena at istadyum ay aapaw gabi-gabi habang ang mga mananampalataya ay nagsasama-sama upang makinig sa mga apostol at mga guro.

Ang magagandang pagpupulong na pumukaw sa buong lungsod ay kusang mangyayari. Ang mga pambihirang himala ay magiging karaniwan habang ang mga itinuturing na dakila sa ngayon ay gagawin nang halos walang paunawa ng mga kabataang mananampalataya. Ang mga pagpapakita ng anghel ay magiging karaniwan sa mga banal at isang nakikitang kaluwalhatian ng Panginoon ang lilitaw sa pinahabang panahon habang dumadaloy ang kapangyarihan sa kanila.

Ang pag-aani na ito ay magiging napakalaki na walang sinuman ang lilingon sa unang simbahan bilang isang pamantayan, ngunit ang lahat ay magsasabi na ang Panginoon ay nagligtas ng kanyang pinakamahusay na alak para sa huli! Ang unang iglesya ay isang unang handog na bunga; tunay na ito ang ani![1]

Ang pangakong ito ng malalim na biyaya sa isang henerasyon ay ipinahayag sa mga salitang isinulat ni propeta Isaias. Tinitigan niya ang hinaharap na may kagalakan.

Ang Diyos ay bumangon sa iyo, ang kanyang kaluwalhatian sa pagsikat ng araw ay sumisikat sa iyo. Ang mga bansa ay lalapit sa iyong liwanag, ang mga hari sa iyong sikat ng araw. Tumingin sa itaas! Tumingin sa paligid!... Kapag nakita mo silang paparating, mapapangiti ka - malaking ngiti! Ang iyong puso ay namamaga at, oo, sasabog! (Is 60:1-3, MSG).

Ang pag-ibig-na mataas na alon na ito ay maaaring magsimula sa maliit na may ilang pagtaas. Kapag nag-iipon ito ng lakas at hinila ang puwersa ng biyaya, ang alon ay hindi mapipigilan at ang epekto ay pandaigdigan

Ngunit [darating ang panahon na] ang lupa ay mapupuno ng kaalaman ng kaluwalhatian ng Panginoon gaya ng tubig na tumatakip sa dagat (Hab 2:14, AMP).

LAHAT ng mga dulo ng mundo ay aalalahanin at babaling sa Panginoon, at LAHAT ng mga angkan ng mga bansa ay sasamba sa

harap Mo (Mga Awit 22:27 KJV).

Gusto ko ang salitang 'LAHAT'. Panahon na upang ibalik ang lahat sa Ebanghelyo!

Ang darating ay higit pa sa kaligtasan ng mga kaluluwa. Ito ay isang buong reporma ng mundong lipunan, teknolohiya, genetika ng tao, ekonomiya, pamumuhay at espirituwalidad. Maging ang kalikasan at mga hayop ay sasakupin ng pagbabagong ito.

Ang Mundo mismo ay pisikal na babaguhin.

Ang mga leopardo ay hihiga kasama ng mga batang kambing, at ang mga lobo ay magpapapahinga kasama ng mga tupa.

Magkakasamang kakain ang mga guya at leon

at alagaan ng maliliit na bata (Is 11:6, CEV).

Isang pagbabago sa buong planeta tungo sa mas mataas na dalas, mas mataas na dimensyon, na umaantig sa lahat.

Sa kabila ng lahat, lahat ng pagkakamali, lahat ng pagkaantala... Ang pag-ibig ay hindi nabigo!

ANG KAINOS NA MGA ANAK

Nakikita natin ang orihinal at nilalayon na tularan ng ating buhay na napanatili sa Anak. Siya ang panganay mula sa parehong sinapupunan na naghahayag ng ating simula (Rom 8:29, MIR).

Upang hubugin ang kinabukasan, kailangan nating tumingin muli nang may parang bata na pagtataka sa Maluwalhating Ebanghelyo! Nakapaloob sa nakakainspirasyon na mga sulat ni Paul ang maraming misteryo. Nakatagong karunungan na dapat maunawaan ngayon upang matulungan tayong umunlad. Maliit na susi sa malalaking pinto!

Sa paghahanap ng salita para ilarawan ang mahimalang pagbabagong ginawa ni Kristo sa puso ng sangkatauhan, ginamit ni Paul ang salitang Griyego na "KAINOS" na pagkatao. Isang salita na lalo kong minahal.

Samakatuwid, kung ang sinuman ay kaisa ni Kristo siya ay isang BAGONG ("KAINOS") na nilalang (2 Cor 5:17, TCNT).

Ang "KAINOS" ay isang napakahayag na salita, isang salita na tutulong sa iyo na maunawaan ang napakalaking kababalaghan ng Ebanghelyo. Bibigyan ka nito ng patnubay para sa susunod na pupuntahan natin bilang isang planeta at bilang isang uri.

Dahan-dahan at tunawin ito. Ang "KAINOS" ay hindi nangangahulugang 'bago' bilang isang kapalit ng luma. Hindi iyon ang Ebanghelyo. Si Kristo ay hindi naparito upang palitan lamang si Adan ng isa pang mas bagong Adan na may parehong kalikasan ng tao. Hindi siya tulad ng pag-taas ng makabagong telepono. Hindi pwede!

Si Hesus ay hindi dumating dito upang lumikha ng isang mas bagong kapalit para sa lumang nahulog na tao. Siya ay dumating upang sirain at wakasan ang matandang tao at magsimula ng isang bagong uri ng disenyo ng "KAINOS". Isang uri na "HIGIT PA SA TAO", na naninirahan sa Banal na unyon na may walang limitasyong kapasidad na lumago.

Ayon sa Strong's Biblical Dictionary "KAINOS" ay nangangahulugang::

isang bagong uri hindi panagagawa nobela

hindi karaniwan hindi pa naririnig

Nakita mo ba iyon? Hindi pa nagagawa Gusto ko yan. Ibig sabihin:

"nang walang nakaraang pagkakataon; hindi kailanman kilala o naranasan; walang halimbawa o walang kapantay" (dictionary.com).

Ito'y halos labis na pamahalaan. Ito ang kagalakan ng Ebanghelyo! Ang mundo ay hindi pa nakakita ng katulad natin. Kahit si Adan bago ang pagkahulog ay hindi maihahambing sa kung ano tayo. Oo, ito ay isang misteryo! Oo, marami pang dapat malaman! Dapat tayong maging matapang at mag-siyasat!

Tingnan natin ang isa pang kahulugan upang mapalawak ang ating pang-unawa. Kailangan nating hilingin sa Banal na Espiritu na buksan ang kababalaghan! Tinutukoy ng Vines Biblical Dictionary ang "KAINOS" bilang:

Bago sa anyo o kalidad, na kakaiba sa kung ano ang ikinukumpara bilang luma.[2]

Alam kong ito ay mga salita lamang sa isang pahina. Tumigil, huminto, subukang mamagitan sa kung ano ang ibig sabihin nito. May nakatagong kaligayahan dito. Malalim na mistikong katotohanan na naghihintay na matuklasan.

Napakalaki ng mga implikasyon, higit pa sa karaniwang mensahe ng kaligtasan sa Linggo na may 'tiket sa Langit'. Ang "KAINOS" ay walang kamatayan at nabubuhay, isang pagbabagong-anyo.

Ikaw ay muling nabuhay (ipinanganak muli), hindi mula sa isang mortal na pinagmulan (binhi, semilya), ngunit mula sa isang walang kamatayan ng walang hanggang buhay at walang hanggang Salita ng Diyos (1 Ped 1:23, AMPC).

Ang "KAINOS" ay ibinuhos ng DNA ng Diyos. Ito ay isang ganap na BAGONG

PAGLILIKHA, pumapalit at lumalampas sa kung ano ang umiiral noon. Ito ay isang order na lampas sa mga limitasyon ng buhay sa Mundo.

Sa bagong buhay ng paglikha na ito, walang pinagkaiba ang iyong nasyonalidad, o ang iyong etnisidad, edukasyon, o katayuan sa ekonomiya - wala silang halaga. Sapagkat si Kristo ang ibig sabihin ng lahat habang siya ay nabubuhay sa bawat isa sa atin! (Col 3:11, PAS).

Malaya sa mga kahulugan ng Mundo - nasyonalidad - kasarian - genetika - hindi na tayo matukoy ng mga ito. Hindi na natin kayang makita ang ating sarili sa lumang lente na iyon. Gaya ng sinabi ni Pablo sa 2 Corinto 5:16:

Simula noon, hindi natin iniisip ang sinuman sa makataong paraan lamang (KNO).

Wala tayong kilala na isang tao lamang (WNT).

Hindi natin sinusuri ang mga tao sa pamamagitan ng kung ano ang mayroon sila o kung paano sila tumingin... Ngayon tinitingnan natin ang loob, at ang nakikita natin ay ang sinumang kaisa sa Mesiyas ay nakakakuha ng bagong simula, ay nilikhang bago (MSG).

Maaari tayong magtrabaho sa parehong opisina. Uminom sa parehong Starbucks. Manood ng parehong mga pelikula. Tangkilikin ang parehong kari! Pero hindi na tayo pareho ngayon. Kailangan nating ihinto ang pagpapanggap na isang bagay na hindi tayo. Tayo ay nalubog sa nasusunog na suson ng Banal.

Ang eksaktong buhay kay Kristo ay nauulit ngayon sa atin. Tayo ay kapwa inihahayag sa parehong kaligayahan; tayo ay nakikiisa sa kanya, kung paanong ang kanyang buhay ay naghahayag sa iyo, ang iyong buhay ay naghahayag sa Kanya (Col 3:4, MIR)!

Nakita mo ba iyon? Pagkakaisa... Mahal ko ito!!

Tayo ay nasa isang mundong kasama ni Kristo, na puno ng walang-hanggang mga banal, maraming mga anghel at hindi mailarawang mga kababalaghan. Isang katotohanan ng mga posibilidad na nakakapagpabagal ng oras at maraming dimensional na mga eroplano ng buhay. Nahawaan kasama

ng mga higit sa natural na kapangyarihan, karunungan, kaalaman at marami pang iba. Isang malawak na mundo na lampas sa ating pinakamaligaw na mga pangarap.

Kung ang sinuman a na kay Kristo... siya ay nasa BAGONG MUNDO (MAGING).

Paano tayo magsisimulang maglakad dito? Ito ay simple. Sapat na madaling hawakan ng bata. Sa pamamagitan ng pananampalataya tayo ay humakbang dito. Naniniwala kami na si Hesus ang pinto na nagbibigay sa amin ng LIBRENG daan (John 10:9). Ibinigay bilang isang purong biyaya na regalo. Wala tayong magagawa para makamit ito. Ginagawa Niya tayong matuwid.

Dahil sa sobrang pagkabukas-palad ay inilagay niya kami sa tamang katayuan sa kanyang sarili. Isang purong regalo. Inalis niya kami sa gulo na kinaroroonan naming at ibinalik kami sa kung saan palagi niyang gusto. At ginawa niya ito sa pamamagitan ni Hesukristo.

(Rom 3:21-26, MSG).

Binuhay ako ng Diyos kasama ni Kristo. Paano mapapabuti ito ng anumang pagsisikap ng tao? Ang mga katagang kasamang napako sa Krus at muling pagkabuhay ay tumutukoy sa akin ngayon. Si Kristo sa akin at ako sa kanya! (Gal 2:19-20, MIR).

Ang sangkatauhan ay kapwa napako sa krus kasama ni Kristo. Ito ay tapos na at tapos na. Ang muli nating pagkabuhay.

Dumating na ang mahiwagang lahi ng "Higit sa Tao".

MAHIWAGANG KA-MISYON

Gagawa ako ng mga himala sa langit sa itaas at mga kababalaghan sa Mundo sa ibaba (Acts 2:19, CEV).

Ginigising ba ng Ebanghelyo ang iyong puso? Ako ay umaasa. Sana ay lumawak ka sa maluwalhating buhay na inihanda niya para sa iyo (John 10:10). Isang buhay ng walang katapusang kagalakan at tinubos na kawalang-kasalanan.

Si Hesus ay biyaya ng Diyos na yakap ng buong sangkatauhan. Kaya't narito tayo, nakatayo ng mataas sa masayang kaligayahan ng ating tinubos na kawalang-kasalanan! Tayo ang pangarap ng Diyos na nagkatotoo! (Rom 5:2, MIR).

Gusto kong kunin pa ang progresibong lohika ng mga huling kabanata.

Ako ay lubos na napaniwala ng Ebanghelyo. Nakakita ako ng mga sulyap sa hinaharap

at ito ay maluwalhati.

Gaano kabilis ito dumating! Kami ay mas malapit kaysa sa aming naisip!

At gawin mo ito, na nalalaman ang oras, na ngayon ay oras na upang gumising sa pagkakatulog; sapagka't ngayon ay mas malapit na ang ating kaligtasan kaysa noong tayo ay unang nagsisampalataya. Malayo na ang gabi, malapit na ang araw (Rom 13:11-12).

Handa ka na ba? Handa na para sa espirituwal na rebolusyon? Isinulat ni Patricia King:

Marahil ang ilan sa mga gagawin ng Panginoon ay mabigla at mamangha sa maraming tao. Tulad ng mga nakaraang makasaysayang galaw ng rebolusyon, may mga lumalaban at nagpapatigas ng kanilang puso, na nagnanais na kumapit sa mga lumang paraan at pag-iisip. Ang pagbabago ay kadalasang mahirap dahil pinipilit tayo nitong pag-isipang muli ang mga matigas na opinyon at maging handa na alisin ang ating sarili mula sa rutina ng komportableng pamumuhay.

Gayunpaman, sa kabila ng mga lumalaban sa rebolusyon, may mga yayakap dito, tumatalon sa barko at sumusunod kay Hesus sa bago at hindi pa natukoy na teritoryo. Ang ilang mga bagay na ipapakita ng Diyos sa mga darating na araw ay hindi pa nagagawa, mga bagay na magpapahaba sa ating imahinasyon at hahamon sa ating talino.[1]

Mas mabuting maghanda na tayong mapili! Tulad ng panahon ng mga kuwento ng Ebanghelyo muli, sa tingin ko lahat tayo ay magiging pinirito sa utak!! Tingnan lamang ang sinabi ng mga tao noong panahon ni Hesus:

Nakakita tayo ng kahanga-hanga at kakaiba

at hindi kapani-paniwala

at hindi maisip na

mga bagay ngayon! (Lucas 5:26, AMPC)

Dito na naman tayo pupunta. Paulit-ulit kong naririnig ang "mga nakakabaliw na araw" sa Espiritu. "Gawin mo ang ginawa ko!" Umiiyak parin si Hesus. Nais ng langit na magtagumpay tayo.

Tinitiyak ko sa iyo na ang taong sumasampalataya sa akin ay gagawa ng gayunding mga bagay na aking ginawa, oo, at gagawa siya ng higit pang mga bagay kaysa sa mga ito, sapagkat ako ay pupunta sa Ama. Anuman ang hingin ninyo sa Ama sa aking pangalan, gagawin ko – upang ang Anak ay makapagbigay ng kaluwalhatian sa Ama. At kung hihilingin ninyo sa akin ang anuman sa aking pangalan. (John 14:12, PHI).

Isipin lamang ito – ang paggawa ng ginawa ni Hesus at higit pa.

Naging eksperto na kami sa pagtuturo sa Simbahan. Nasa atin ang ministeryo ng propeta, mga silid ng pagpapagaling, pagpapayo at pagpapalaya. Kami ay nanghuhula, nagmamalasakit sa mahihirap, nakikibahagi sa panlipunang pagkilos at nangangaral ng kaligtasan.

Ngunit bakit huminto Simbahan doon? May gumuhit ba ng hindi makikita na linya?

Sa loob ng halos dalawang libong taon karamihan sa Simbahan at nagpigil sa mga baybayin ng kawalan ng pananampalataya. Nakikinig sa mga oras ng pangangaral, ngunit naglalayon ng mas mababa kaysa sa Disenyo.

Nandito na ang pagbabago. Ang kasalukuyang pagpapahayag ng Kristiyanismo ay binabago sa susunod na mga dekada. Anuman ang susunod na darating ay hindi na magiging espirituwal na walang katuturan muli.

Handa ka na ba para dito? Sinabi ni Rick Joyner:

Habang nagpapatuloy tayo sa pagtatapos ng panahong ito, ang salungatan sa pagitan ng liwanag at kadiliman ay lalong magiging higit sa natural. Tapos na ang araw kung kailan posibleng magkaroon ng walang kinikilingan na paninindigan patungo sa higit sa natural.[2]

Sa mga susunod na kabanata ay tutuklasin natin ang ilan sa mga kamangha-manghang gawang "KAINOS" na napabayaan ng modernong Simbahan. Buksan ang iyong kapasidad na mangarap. Himukin ang iyong puso upang maranasan. Gisingin ang iyong pagnanais para sa pinakamataas na katuparan sa iyong buhay.

Hakbang-hakbang ay susuriin natin ang iba't ibang elemento ng mga bagong katotohanan ng paglikha. Tatalakayin natin ang mga paksa tulad ng paglilipat ng mga dimensyon, pamumuhay nang lampas sa pagkain at pagtulog, nahawaan ng kaalaman, nakakakita ng malalayong kaganapan, paglalakad kasama ang mga anghel, mahimalang sasakyan at higit pa.

Hindi natin masasakop ang bawat posibilidad sa isang tomo na ito. Iyon ay magiging isang MALAKING libro. Pinaikli ko ito. Siguro magdadagdag pa ako sa listahan na may mga susunod na edisyon.

Nilalayon kong ituro ang bawat kabanata batay sa tatlong haligi

- si Jesus bilang ang pinakahuling plano, ang mga santo bilang mga halimbawa na maaari nating sundin, at pagkatapos ay mga modernong kuwento mula sa mga taong may integridad. Umaasa ako na ito ay magbibigay sa iyo ng tiwala sa pagiging tunay ng aking isinulat.

Ang bawat kabanata ay maaaring basahin nang mag-isa bilang isang pagmumuni-muni o maaari mong pag-aralan ang mga ito sa serye. Maaari kang tumalon at tumalon sa aklat kung paano mo gusto.

Maaari mong tapusin ang aklat na ito na may mas maraming tanong kaysa sa mga sagot - ngunit okay lang. Ang lahat ng tunay na paghahayag ay dapat na pumukaw ng kamalayan na marami

pang dapat matuklasan. Yakapin lamang ang kagandahan ng misteryo. Iyan ang pinakamahusay na paraan.

Ito ay hindi isang perpektong libro. Sigurado akong may mga pagpipino na dapat gawin sa mga susunod na edisyon. Gayunpaman, isinulat ito nang may silakbo ng damdamin at puso. Ito ay isinulat mula sa aking pagpapalagayang-loob kay Hesus.

Sana ay masiyahan ka.

HIGIT SA TAO

NABUBUHAY MULA SA ZION

"Dapat nating pandayin ang hinaharap mula sa hindi nakikita." - Paul Keith Davis. [1]

Napanood mo na ba ang pelikulang Matrix? Kung hindi mo pa nakikita, subukan mo ito, magugustuhan mo ito! Inirerekomenda ko talaga ito. Talagang naniniwala ako na ito ay isang makahulang pananaw para sa Ecclesia.

Ang mga tema nito ay puspos ng paghahayag - mula sa malampasan ang sistema, pagbabago sa pisikal na mundo at pagtalon sa mga gusali hanggang sa pag-download ng kagyat na kaalaman, paghinto ng mga bala, at paglipad sa kalangitan!

Ngunit ang pangunahing ideya sa pelikula - isang bagay na gusto kong tuklasin natin ngayon - ay ang ideya na ang nakikitang mundo ay isang suson lamang ng katotohanan. Na sa likod ng nakikitang suson na ito ay ang nakatagong "tunay na mundo" na namamahala at humuhubog sa mundong iyon. Tatawagin nating na Makalangit na mga Kaharian.

Sa pagsisimula natin sa Bahagi 2, gusto kong suriin ang mahiwagang katotohanan na tayo ngayon ay nabubuhay na nakatali sa Langit. Ang isang bahagi sa atin ay laging nariyan kasama ni Kristo. Sa Kanya tayo ay may libreng daan sa hindi nakikita. Maaari tayong kumawala mula sa Mundo at magpalipas ng oras sa Zion sa pamamagitan ng Espiritu.

Nakakagulat! Mahirap intindihin. Ngunit kailangan nating gawin ang paglipat na ito para sa kung ano ang darating. Sa ilang mahiwagang paraan ay nakauwi na tayo, na nakaugnay kay Kristo:

Kung kayo nga'y muling binuhay na kasama ni Kristo, hanapin

ninyo ang mga bagay na nasa itaas, kung saan naroroon si Kristo, na nakaupo sa kanan ng Diyos. Ilagay ang iyong isip sa mga bagay sa itaas, hindi sa mga bagay sa lupa. Sapagkat ikaw ay namatay, at ang iyong buhay ay nakatago kasama ni Kristo sa Diyos (Col 3:1-2).

Upang maunawaan kung ano ang nangyari, tingnan natin muli si Kristo, ang Katulad natin.

Sumasang-ayon tayong lahat na si Hesus ay nagmula sa Langit. Tama? Dito ito nagiging kawili-wili. Kakaiba, sa ilang mahiwagang paraan, si Hesus ay hindi ganap na umalis sa Langit. Ang ilan sa Kanyang kakanyahan ay nanatili din. Huwag mataranta, ito ay nasa Bibliya! Sa Juan 3:12, sinabi ni Hesus kay Nicodemo ang kagila-gilalas na lihim na ito:

Kung sinabi ko sa inyo ang mga bagay na makalupa at hindi kayo naniniwala, paano kayo maniniwala kung sasabihin ko sa inyo ang mga bagay na makalangit? Walang umakyat sa langit kundi Siya na bumaba mula sa langit, samakatuwid nga, ang Anak ng Tao na nasa langit (Juan 3:12).

Iyon siguro ang nagluto ng pansit ni Nicodemus! Hindi lamang nagsalita si Hesus tungkol sa pagiging ipinanganak na muli. Kakaiba nga! Pagkatapos ay idinagdag ni Hesus na siya ay nagmula sa Langit. Pagkatapos ay hinipan ang mga linya sa pagsasabing nasa Langit pa rin siya habang kasama si Nicodemus. Hula ko masakit ulo niya!

Basahin natin itong muli ng mas MALAKAS:

At gayon ma'y walang umakyat kailanman sa langit, ngunit mayroong Isa na bumaba mula sa langit - ang Anak ng Tao [Siya Mismo], *Na siyang (naninirahan, may Kanyang tahanan) sa langit.*

Hindi kapani-paniwala diiba?! Sinasabi ni Hesus na siya ay nananahan sa LANGIT. Ito ang kanyang tahanan. Inihayag niya kay Nicodemo ang isang mas mataas na paraan ng pamumuhay. Pinagtibay ni Hesus ang ideyang ito nang sabihin niya:

Sinasalita Ko ang aking nakita sa Aking Ama (Juan 8:38).

Saan nakita ni Hesus ang Ama? Sa langit siyempre - "Ama namin sa langit" (Lucas 11:2). Ganito natuto si Hesus. Siya ay magiging hindi nakikita upang makita at maturuan.

Buong gabi ay nakatuon sa pagiging nasa Espiritu kasama ang Ama.

Para sa lahi ng "KAINOS", ang Langit ay nagmula sa wala kung saan tayo tinuturuan, sariwahin, naiilaw at nagbabago.

LIKAS para kay Hesus na maglipat ng mga sukat upang makisali sa makalangit na mundo. Siya ay may libreng pribilehiyo doon bilang isang ganap na Anak. Narito ang isang halimbawa lamang sa Juan 17:1.

Itinaas Niya ang Kanyang mga mata sa langit at sinabi, Ama, dumating na ang oras.

Maghukay ng mas malalim at makikita mo ang pariralang "itinaas ang kanyang mga mata" na literal na nangangahulugang:

Si Hesus ay "itinaas sa kaitaasan (*epairo*)" kung saan "ang Diyos ay nananahan (*ouranos*)"

Inilipat niya ang mga sukat upang manalangin. Siya ay nasa Langit at nasa Lupa. Ito ang tinatawag ni Apostol Juan na "nasa Espiritu" (Rev 1:10) at tinatawag ng kaibigan kong si Ian Clayton na "pagtapak sa tabing". Normal sa atin bilang mga anak na "KAINOS" na makapasok sa Langit:

Kaya't lumapit tayo nang buong tapang sa luklukan ng biyaya, upang tayo ay magtamo ng awa at makasumpong ng biyayang tutulong sa oras ng pangangailangan. (Heb 4:16).

Hindi binubuksan ng kamatayan ang katotohanang ito para sa atin. Hindi! Si Hesus ang nagbibigay sa atin ng libreng pribilehiyo ngayon:

Ako ang pinto. Kung ang sinuman ay pumasok sa pamamagitan Ko, siya ay maliligtas, at papasok at lalabas at makakahanap ng pastulan (Juan 10:9).

Maaari tayong pumasok at umatras! Ito ay "KAINOS" na kasukatan ng paglilipat.

Noong nakaraan, ang pagbisita sa Langit ay itinuturing na bihira, para lamang sa mga propeta. Ito rin ay magbabago. Sa katunayan ang pag-akyat ay magiging laganap na ang Ecclesia sa buong mundo ay magkakasamang aakyat at magkikita-kita. Totoo iyon! Malinaw itong sinasabi ng Bibliya:

MARAMING tao ang darating at magsasabi, "Halika, at tayo'y umahon sa bundok ng Panginoon, sa bahay ng Dios ni Jacob; Tuturuan niya tayo ng Kanyang mga daan, at lalakad tayo sa Kanyang mga landas." Sapagkat mula sa Zion ay lalabas ang batas, at ang salita ng Panginoon ay mula sa Herusalem (Is 2:3).

Marami ang pupunta sa makalangit na Zion bilang mga mamamayan ng sambahayan ng Diyos.

Kaya ngayon, hindi na kayo mga dayuhan at mga dayuhan, kundi mga kababayan na kasama ng mga banal at mga miyembro ng sambahayan ng Diyos (Eph 2:19).

Ito ang Orden ng Melchizedek. Isang makalangit na mga tao na lumilipat mula sa hindi nakikita. Ang matalas na orakulo na salita ng Panginoon na nagmumula sa Zion upang hubugin ang Lupa. Dito tayo ngayon nakahanda, ang abot-tanaw ng isang bagong mundo. Ito ang Huwaran ni Kristo.

At sinabi niya sa kaniya, Ang katotohanang sinasabi ko sa iyo, na makikita mong bukas ang langit, at ang mga anghel ng Diyos na umaakyat at bumababa sa Anak ng Tao. (Juan 1:51).

Si Hesus ang Bukas na Langit. Sa union na mistiko, mayroon din tayong libreng pribilehiyo sa bukas na langit. Tulad ni Juan sa isla ng Patmos, maaari tayong maging nasa Espiritu at pumihit upang marinig ang isang Tinig, upang makita ang pitong Lampara at umakyat muli sa mas mataas sa bukas na Pinto.

At paglingon ko ay nakita ko ang pitong kandelero na ginto, at sa gitna ng pitong kandelero ay isang gaya ng Anak ng Tao, na nararamtan ng damit hanggang sa paa, at nabibigkisan ang dibdib ng isang gintong panali. (Rev 1:12-13).

Kahit saan tayo maglakbay para magsalita, dumarami ang mga tao na may katulad na makalangit na pagkikita. Maraming tao ang nakakakita sa hindi nakikitang mundo ng mga santo at mga anghel.

Sila ay bumibisita at nakikilahok sa mga Hukuman, sa mga Aklatan, sa mga Konseho ng Diyos, sa mga silid ng digmaan, sa paglalakad sa Eden at higit pa. Ito ay talagang isang pananda ng malaking pagbabago.

Nakita ko sa mga pangitain at panaginip na ang mga ehe ng mistiko ay lilitaw sa buong Mundo, na magkakaugnay sa Diyos. Makakakita tayo ng higit sa anuman ibang henerasyon bago sa atin na mayroon lamang talagang nagkakaisang pamilya sa Langit at sa Lupa (Eph 3:15). Tayo ay iisa.

Ang tagpo na ito ay magiging makapangyarihan higit sa anumang nakita natin noon. Ito ay gugulatin ang mundo pabalik sa kasigasigan para sa Diyos na may lakas, buhay at kagalakan!

Natikman ni Pastor Roland Buck ang dimensyong ito ilang dekada na ang nakalipas. Si Roland ay nag-aaral at nagdarasal sa kanyang opisina sa simbahan, naghahanda para sa serbisyo ng Linggo ng umaga. Biglang 10:30pm kumanderin siya sa Langit![2]

Nakapatong ang ulo ko sa aking braso sa mesa, nang bigla nang walang pasabi ay dinala ako kaagad palabas ng silid na iyon! Narinig ko ang isang boses na nagsabi: "Sumama ka sa akin sa Silid ng Trono kung saan itinatago ang mga lihim ng uniberso!" Wala akong oras para sumagot; walang kahulugan ang espasyo sa Diyos! Ito ay tulad ng isang iglap ng mga daliri - boom - at ako ay doon na mismo!

Natagpuan ni Roland na si Heaven ay mas nakakarelaks, magaan at masaya kaysa sa naisip niya. Kinausap siya ng Diyos nang harapan at inanyayahan siyang magtanong. Ito ay maganda.

Sa pagbisitang ito, tunay na binigyan ako ng Diyos ng isang maluwalhating sulyap sa mga nakatagong lihim ng sansinukob; ng bagay, enerhiya, kalikasan at espasyo...

Naramdaman ni Roland na naroon siya ng ilang buwan o mas matagal pa. Kamangha-mangha nang bumalik siya sa opisina ng simbahan, limang minuto lang ang lumipas!

Bigla akong bumalik sa aking opisina at nakita ko ang aking sarili na ang aking ulo ay nasa mesa kung saan ako nagdarasal. Hanggang sa sandaling iyon, Akala ko nasa Silid ng Trono ako

sa katawan ko, hindi pala! Ang Panginoon ay may kahanga-hangang pakiramdam ng pagpapatawa, at mayroong maraming tawa at kagalakan sa langit. Nakita ko ang likod ng aking ulo at sinabi ko, "Panginoon, tiyak na hindi ko alam na ang likod ng aking ulo ay pumuputi na!"

Gusto ko ang kwentong iyon. Sa oras na kinailangan upang magtimpla ng kape, si Roland Buck ay nasa langit sa loob ng ilang buwan at nahawaan ng kaalaman sa mga kaganapan sa hinaharap, mga kabatiran sa mga misteryo, at may mahigit 2,000 kasulatan na nasunog sa kanyang memorya. Iyan ang uri ng nagpapahinga sa kape na gusto kong magkaroon!

Binigyan ako ng Diyos ng espesyal na liwanag sa mahigit 2,000 talata ng Bibliya.

Nalaman ko kaagad ang mga talatang ito at ang mga sangguniang banal na kasulatan sa pamamagitan ng memorya. Wala akong paraan para ipaliwanag kung paano ito ginawa! Hindi ko na sila kailangang alalahanin - parang nakikita ko sila anumang oras na gusto ko.

Sinasabi ko sa iyo, ang biglaang pagbabago ay darating sa atin. Ang mga tao sa buong mundo ay magkakaroon ng katulad na mga karanasan sa Roland Buck. Wawasakin nito ang ang dating kalagayan at sisirain ang tanikala ng relihiyon.

Mayroong isang lahi na "KAINOS" na umuusbong na susuportahan ng kapaligiran ng Langit. Hindi lamang sila mabubuhay sa Espiritu, ngunit sa huli bahagi ng mga ito ay mananatili sa Langit palagi.

Sinabi ni Rick Joyner:

May isang pinto na nakabukas sa Langit, at may paanyaya para sa atin na dumaan dito. Ang mga sumasagot sa tawag na ito ay aagawin sa Espiritu, na ang resulta ay palagi nilang makikita ang isang nakaupo sa trono. Ito ang pinakalayunin ng lahat ng tunay na propetikong paghahayag - makita ang maluwalhati, muling nabuhay na Kristo at ang awtoridad na mayroon siya ngayon sa lahat.[3]

Ang isang taong pinaniniwalaan ko na nakakaantig dito ay si Nancy Coen, isang makapangyarihang misyonero sa mundo ng Islam.

Minsan tinanong ko siya kung gaano siya kadalas pumunta sa Langit. Ngumiti siya at sinabi:

Mahal, ang totoo ay lagi akong nasa Langit.

Nagniningning ang mga mata niya at alam kong totoo iyon. Siya ay nagniningning sa kaluwalhatian. Si Nancy ay literal na gumugol ng daan-daang oras sa pagtuturo ni Hesus, mga santo at mga anghel sa Langit.

Ang yumaong si Bob Jones ay isa pang modernong mistiko na lumabo sa mga hangganan sa pagitan ng Langit at Lupa. Si Bob ay nagbibiro noon tungkol sa mga taong naghihintay na masidhing kagalakan sa ikalawang pagdating, kapag siya ay dadalhin sa Langit ng limang beses sa isang araw! Para kay Bob ito ay normal. Siya ay kaibigan ng Diyos, at madalas na nagkikita ang mga kaibigan!

Ama, nais kong makasama ko ang mga ibinigay mo sa akin, kung saan man ako naroroon upang makita nila ang aking kaluwalhatian, ang karilagan na ibinigay mo sa akin, na minahal mo ako noon pa man bago nagkaroon ng mundo. (Juan 17:24, MES).

Ang pananabik ni Hesus ay nagmamakaawa na masagot! Hindi kapag tayo ay namatay, ngunit habang tayo ay nabubuhay!

Kahit na marami pa akong masasabi, ang espasyo ay maikli. Gusto kong tapusin ang kabanatang ito sa isa pang kwento mula sa mga santo. Baka kilala mo na ang grupong ito? Tinawag silang "Gintong Kandelero".

Si Propeta James Maloney ay isang saksi sa nangyari sa kanilang makalangit na mga oras ng panalangin:

Sa sandaling ang lahat ay nagsimulang umawit sa mga wika, ang kapangyarihan ng Diyos ay nahulog tulad ng isang mabigat, makapal na hamog. Ito ay napakalaki. Naririnig ko ang mga tao, ngunit hindi ko sila makita. Ilang minuto ang lumipas bago ayusin ang mga mata ko para makita ang katabi ko...

Ang kisame ay nakatago sa isang lilang, umiikot na ulap - kung minsan ang mga balahibo ay umiikot sa loob ng ulap. Sa labas ng ulap, madalas marinig ang maririnig na tawanan ng mga

masayang bata. Ito ay tunay na isang bukas na langit, isang espirituwal na pintuan tulad ng Hagdanan ni Jacob. Maraming beses na naging bahagi ng pagsamba ang apat at dalawampung matatanda.

At isang pare-parehong pagdating at pag-alis ng mga mala-anghel na hukbo... May mga ilaw ng apoy (ang tanging salita na magagamit ko upang ilarawan ang mga ito) na siyang mga anghel na bumababa mula sa ulap sa itaas hanggang sa sahig sa ibaba. Nang tumama ang mga ilaw ng apoy sa lupa, makikita ng isa ang mga paa ng mga anghel na lumabas sa apoy.[4]

Pinalabo ng grupong ito ang mga sukat sa loob ng mahigit limampung taon, pisikal na naglalakbay patungo sa Langit, bumabalik na may mga sandalyas at damit na pinagsama-sama ng mga alahas at gintong sinulid. Ipinakita nila kung ano ang darating sa buong Mundo.

Mukhang napakabuti para maging totoo? Ito ang Ebanghelyo! Rick

Sabi ni Joyner:

Hindi ito pantasya. Ang Tunay na Kristiyanismo ay ang pinakadakilang pakikipagsapalaran na maaaring magkaroon ng sinuman sa Lupang ito. Ang tunay na buhay simbahan ang paraan kung paano ito nilayon ay isang higit sa kraniwan na karanasan. Ang buhay mula sa ibang kaharian sa kabila ng daigdig na ito ang nagdadala ng tunay na buhay sa Mundo.[5]

Ang paanyaya ay ibinigay para sa atin na sundan ang mga yapak ni Enoc, Elijah, Juan at ng mga banal. Paano tayo magsisimula? Natutunan ko na ito ay simple - sa pamamagitan ng PANANAMPALATAYA tayo ay pumapasok. Maniwala ka lang! Sa pananampalataya ay kinuha si Enoc!

Dahil sa pananampalataya ay dinala si Enoc at inilipat sa langit (Heb 11:5, AMPC).

Ang pananampalataya ay paniniwalang itinago tayo ng Diyos sa Langit kay Kristo (Col 3:3). Na gusto ng Diyos na pumunta tayo doon nang may karanasan. Palaging bukas ang Pinto. Kami ay iniimbitahan na sumali sa Zion. Tayo ay malinis, banal at tanggap sa Minamahal. Mula sa tindig na ito ng kawalang-kasalanan ay pumapasok tayo sa tabing.

Ang pananampalataya ay nagsasagawa ng unang hakbang kahit na hindi mo nakikita ang buong hagdanan.[6]

Ang kaibigan kong si Ian Clayton ay nagtuturo ng isang napakasimpleng paraan upang maisaaktibo ang pagtapak sa belo. Sabi ni Ian, gumawa ng pisikal na hakbang pasulong tungo sa kaharian ng Langit7, ilipat ang iyong katawan at maniwala na ikaw ay aktuwal na lumalabas at lumalabas ng Sion. Isipin na sa tuwing gagawin mo ito ay tumatawid ka sa mga sukat. Makipag-ugnayan sa Langit sa pamamagitan ng pananampalataya.

Sa pamamagitan ng pagsasanay ang iyong espirituwal na mga pandama ay magiging aktibo. Magsisimula kang magkaroon ng mga bagong karanasan. Ito ang batas ng karangalan at pokus. Ito ay kung paano sinimulan ni Enoc ang kanyang paglalakbay sa Langit, sa pamamagitan ng simpleng pananampalatayang parang bata. Sa bandang huli, dinala ng Diyos si Enoc doon nang permanente. Si Enoc ay nabubuhay na ngayon sa isang pinalawak na maluwalhating kalagayan. Ayaw mo nun?!

Sumama ka ngayon.

Gawin mo lang ang maliit na hakbang na iyon. Nasa Zion ka!

MALA-ANGHEL NA KOMUNIDAD

Nakarating ka sa libu-libong mga anghel na nagtitipon nang may kagalakan (Heb 12:22, EXB).

Sa huling Kabanata napag-usapan natin ang tungkol sa "Buhay mula sa Zion". Sana ay nasiyahan ka!

Gustung-gusto kong magsulat tungkol sa Langit at mag-isip tungkol dito. Mayroon tayong napakatamis na Ebanghelyo! Isang Ebanghelyo na nagsasabing tayo ay kasama at inosente. Tayo ay tinatanggap at minamahal. Kami ay Bahay!

Pero ngayon, wow! Ang lahat ay nagbago; natuklasan mo ang iyong sarili na matatagpuan kay Kristo. Ang dating tila napakalayo ay ngayon ay napakalapit na; ang kanyang dugo ay naghahayag ng iyong tinubos na kawalang-kasalanan at tunay na genesis (Ef 2:13, MIR).

Ang masayang pagmamapuri sa natapos na mga gawa ni Kristo ay nagpapatuloy sa susunod na kabanata.

Magsasalita ako tungkol sa mga banal na anghel - ang aming pinalawak na komunidad sa bagong paglikha. Isang misteryosong magandang pamilya na nakapaligid sa amin at aktibong kasangkot sa lahat ng aming ginagawa.

Ito ang aming "KAINOS" na nakatagong komunidad. Isang banal na komunidad na mahal na mahal tayo at nasa puso natin ang pinakamabuting interes. Isang pamilya na nagpapasaya sa atin ng walang katapusang paghihikayat.

Maganda ang tunog di ba?!

Pagkatapos ay magsimula tayo sa Ebanghelyo, ang "Maligayang Mensahe" muli.

Gaya ng sinabi ko noon, inuulit ang mga salita ni Pablo, inaalis tayo ng Ebanghelyo sa kalagayan ng tao at inilalagay tayo sa isang bagong mundo na walang hanggan, isang realidad na "Higit pa sa Tao".

Kung ang sinuman ay na kay Kristo... siya ay nasa isang bagong mundo (MAGING).

Ang relihiyon ay naghahatid ng pagkaantala at distansya, ngunit sinabi ni Pablo na ang Ebanghelyo ay NGAYON!

Nagsimula na ang bago. Kami ay malinis, nagbago at akma para sa hinaharap ngayon. Hindi tayo kuwalipikado ng kamatayan. Nagawa na ni Hesus ang lahat ng kailangan sa Krus. Hinawi niya ng malinis ang belo. Mayroon na tayong libreng access sa hindi nakikitang mga mundo ng Kaharian. Ito ang Ebanghelyo!

Ngayon ang araw ng kaligtasan! Ang langit ay kasing lapit ng iyong kamay**. Sapagkat sa katunayan, ang kaharian ng Diyos ay nasa loob ninyo (Lucas 17:21). Hindi tayo dapat mabigla dito! Nasa tahanan natin ang langit.**

Ang kailangan lang nating gawin ay buksan ang ating mga puso sa kanyang presensya at ang hindi nakikitang mga sukat sa ating paligid ay magbubukas din. Nagkakaroon tayo ng kamalayan sa mas mataas na kaharian at iba pang makalangit na nilalang. Kay Kristo tayo ay namumulat sa mga anghel!

Unti-unti nating napagtanto, na ang mga makalangit na nilalang na ito ay malapit na konektado at nagmamalasakit sa atin. Sa katunayan, nalaman namin na sila ay nasa lahat ng dako na hindi namin nakita noon.

Bibigyan Niya ang Kanyang mga anghel [espesyal] na atas sa iyo upang samahan at ipagtanggol at ingatan ka sa lahat ng iyong mga paraan [ng pagsunod at paglilingkod] (Salmo 91:11, AMPC).

Binabantayan nila ang bawat isa sa atin, at talagang nagmamalasakit sa ating buhay at kung gaano tayo kahusay. Sinusundan nila tayo at ipinagtatanggol tayo sa kasamaan. Lihim nilang tinutulungan tayo at tinutulungan ang ating mga hakbang. Hindi ba ito kamangha-mangha! mahal ko ito! Napapaligiran kami!

Dito nagiging kapana-panabik. Sa nakalipas na henerasyon, halos hindi natin alam ang mga anghel, kahit na nasa harap natin sila. Sinasabi ng Bibliya na ang mga tao ay naghapunan pa nga kasama ng mga anghel at hindi nila ito alam:

Ang ilang mga mananampalataya ay nagpakita ng mabuting pakikitungo sa mga anghel nang hindi namamalayan (Heb 13:2).

Magandang balita! Ang kamangmangan ay naglalaho. Kami ay nagising at nagiging aktibo sa cardio-gnosis (kaalaman sa puso). Hindi na natin makikilala ang mga anghel sa pamamagitan ng pang-unawa ng tao. Ang manipis na ilusyonaryong sapin sa pagitan namin at sa kanila ay naglalaho habang kami ay tumatanda bilang mga anak

Ayon kay propeta Bobby Connor, ang hindi nakikitang espirituwal na lamad ay lumiliit:

Habang naglilingkod kamakailan, nakita ko ang tila napakanipis na lamad sa harapan ko. Tinanong ko, "Panginoon, ano ito?" at ang Panginoon ay sumagot, "Ito ang tabing sa pagitan ng makalupang kaharian at ng espiritung kaharian - at ito ay mas manipis kaysa kailanman!"[1]

Ang mga banal noon ay marunong makakita ng mga anghel. Ngunit ang dakilang biyaya ay dumarating sa atin upang muling mamuhay tulad ng kanilang pamumuhay. Hindi dahil karapat-dapat tayo, kundi dahil sa plano at pagmamahal ng Diyos sa Lupa. Dahil oras na para gumising mula sa pagkakatulog (Rom 13:11).

Iyon ay maaaring mukhang kakaiba sa ilang modernong mga Kristiyano, dahil kami ay pinakain ng maraming negatibiti at takot tungkol sa pakikipag-ugnayan sa mga anghel. Gayunpaman, nais kong tandaan ninyo ang aming layunin ay maging Biblikal at sumunod kay Hesus. Muli, habang lumalalim tayo, tingnan natin ang plano.

At Siya (Hesus) ay nanatili sa ilang (disyerto) ng apatnapung araw, na tinutukso [sa lahat ng panahon] ni Satanas; at Siya ay kasama ng mababangis na hayop, at ang mga anghel ay naglingkod sa Kanya [patuloy] (Marcos 1:13, AMPC).

Sinasabi ng talatang ito na patuloy na tinulungan ng mga anghel si Hesus. Si Kristo ay bumaba, maging ang Diyos, at tinanggap sila. Malugod niyang tinanggap ang kanilang tulong. Kung pinararangalan at pinahahalagahan ng Walang-hanggan ang mga anghel, dapat nating tularan ang kaniyang halimbawa. Dapat nating asahan ang ministeryo ng mga anghel sa ating buhay.

Muli, ito ay napakahaba, ngunit si Jesus ay mas radikal tungkol dito. Sa susunod na talata, inilalarawan ni Hesus ang kanyang buhay bilang isang access point para sa mga anghel upang makisali sa daigdig. Makinig nang mabuti sa mga mahiwagang salitang ito na sinabi ni Hesus kay Nathaniel:

Pagkatapos ay sinabi niya sa kanya, "Oo nga! Sinasabi ko sa inyo na makikita ninyong magbubukas ang langit at ang mga anghel ng Diyos na umaakyat at bumababa sa Anak ng Tao!" (Juan 1:51, CJB).

Isa itong makabasag kahong radikal na taludtod! Si Hesus, ang tunay na Larawan natin, ay isang mala-anghel na sentro! Nagbubulungan siya sa aktibidad ng mga anghel tulad ng hagdan ni Jacob sa Genesis 28:12. baliw!

Naiisip mo ba ang mga di-nakikitang anghel na umaaligid sa kanya habang nagpapagaling siya ng mga maysakit? Habang gumagawa siya ng mga himala at pinapakalma ang bagyo. Gusto kong makita iyon!

Kailangan nating mag-isip nang iba tungkol sa mga anghel. Sa sobrang tagal ay hindi namin sila pinapansin. Ngunit sila ay empirikal na konektado sa aming kuwento. Bahagi sila ng ating komunidad.

Gaano sila kahalaga? Isaalang-alang lamang ang isa pang nakakaantig na kuwento mula sa buhay ni Hesus. Sa Halamanan ng Getsemani, sa posibleng pinakamadilim na panahon sa kanyang buhay sa Lupa ay dumating ang isang espesyal na nilalang upang tulungan siya:

Humiwalay siya sa kanila nang halos isang hagis ng bato, lumuhod, at nanalangin, "Ama, ilayo mo sa akin ang kopang ito. Pero pakiusap, hindi ang gusto ko. Anong gusto mo?" Kaagad na isang anghel mula sa langit ang nasa tabi niya na nagpapalakas sa kanya. Nagdasal siya nang mas mahigpit. Ang pawis na parang mga patak ng dugo ay bumuhos sa kanyang mukha (Lucas 22:41-44, MSG).

Noong wala ang mga disipulo para kay Jesus, naroon ang mga anghel. Nang natutulog ang kanyang mga kaibigan, gising ang anghel at handang tumulong. Nakakaantig talaga ang storyang ito.

Naranasan mo na bang mag-isa? Sa tingin ko lahat tayo ay mayroon.

Minsan kapag ako ay nasasaktan at nagbubukod, may mga anghel na dumarating sa aming tahanan. Pinalibutan nila ako, kahit na hinawakan ang aking katawan na pinupuno ako ng enerhiya.

Tatlong beses na akong ginising ng isang anghel na humihip sa mukha ko! Narinig ko silang nagtatawanan, kumakanta at nag-uusap pa. Nakita ko silang kumikinang sa silid, gumagalaw na parang mga bola ng liwanag, tumayo na parang mga haligi ng ulap. Sila ay tunay na kahanga-hanga!

Ito ay hindi bagong pagtuturo. Ang mga banal noong unang panahon ay pamilyar na pamilyar sa mga anghel. Marami sa kanila ang nakakakilala sa kanilang mga anghel na tagapag-alaga sa pangalan. Ang ilang tulad ni Joseph ng Cupertino ay magbubukas ng pinto para sa kanya at maghihintay na makadaan siya. Si Padre Pio ay gumugugol ng maraming oras sa pakikipag-usap sa kanya. Si Gemma Galgani ay magkakaroon ng mala-anghel na tulong sa paghiga kapag siya ay mahina.

Ang iba tulad ni Columba ay magkakaroon ng harapang mga estratehikong konseho kasama ang mga hukbo ng mga anghel upang talakayin ang mga isyu ng pamahalaan na nauukol sa Ireland at Britain. Isa sa mga monghe ni Columba ang nagtala ng kaganapang ito:

Kakaibang sabihin - tingnan mo! - biglang may isang kahanga-hangang aparisyon, na nakikita ng lalaki sa kanyang sariling mga mata mula sa kanyang posisyon sa kalapit na burol na iyon...

Para sa mga banal na anghel, ang mga mamamayan ng makalangit na kaharian ay lumilipad pababa sa kamangha-manghang bilis, nakasuot ng puting damit at nagsimulang magtipon sa paligid ng banal na tao habang siya ay nananalangin.

Pagkatapos nilang makipag-usap nang kaunti kay St. Columba, ang makalangit na pulutong - na tila nararamdaman nila na sila ay tinitiktik - ay mabilis na bumalik sa kaitaasan ng langit.[2]

Ang mga aklat ng kasaysayan ay puno ng iba pang katulad na mga kuwento. Paano natin nakalimutan ang ating nakaraan? Paano pumasok ang relihiyon at inalis ang kapangyarihan ng Ebanghelyo?

Panahon na para alalahanin ng Kristiyanismo na ang mga anghel ay mahalaga. Mas kailangan natin ang mga ito kaysa sa anumang nakaraang henerasyon. Nasa pandaigdigang krisis tayo. Kailangan natin ng mga katulong ng Langit!

Si Randy Clark ay isang modernong misyonero na nauunawaan ang kahalagahan ng mga anghel. Kamakailan ay dumating si Randy sa aming lungsod ng Cardiff upang magsalita.

Narinig ko siyang unang nagsalita tungkol sa kahalagahan ng mga anghel sa mga himala at pag-aani. Nakakamagha ang sinabi niya!

Iminumungkahi ko sa iyo na sa araw ng Pentecostes ay nakakuha tayo ng higit pa kaysa sa bautismo ng Espiritu. Nakakuha kami ng higit pa sa isang bagong relasyon sa Banal na Espiritu. Pumasok din tayo sa isang bagong dispensasyon, isang bagong tipan sa pagbuhos ng mga anghel ng Diyos. Naniniwala ako na ito ay literal na isang bagong relasyon na binuksan ng krus kasama ang mga anghel ng Diyos at ang mga tao ng Diyos at ang Banal na Espiritu at ang mga tao ng Diyos.[3]

Papayag ako kay Randy. Ang aklat ng Mga Gawa ay nagpapakita ng isang dinamikong pakikipagpalitan sa mga anghel sa unang simbahan. Isa sa mga paborito kong kwento ay si Pedro na nakatakas mula sa bilangguan.

Natutulog si Pedro sa pagitan ng dalawang kawal. Nakatali siya ng dalawang kadena. Ang mga sundalo ay nakatayo sa tabi ng pinto at pinagmamasdan ang bilangguan. Sabay-sabay na nakita ang isang anghel ng Panginoon na nakatayo sa tabi niya. Isang liwanag ang bumungad sa gusali. Hinampas ng anghel si Pedro sa tagiliran at sinabi, "Bumangon ka!" Pagkatapos ay nahulog ang mga tanikala sa kanyang mga kamay. Sinabi ng anghel, "Isuot mo ang iyong sinturon at sapatos!" Ginawa niya. Sinabi ng anghel kay Pedro, "Isuot mo ang iyong amerikana at sumunod ka sa akin."

Sinundan siya ni Pedro palabas. Hindi siya sigurado kung ano ang nangyayari habang tinulungan siya ng Anghel. Akala niya panaginip lang. Nalampasan nila ang isang sundalo pagkatapos ay isa pa. Dumating sila sa malaking bakal na pinto na patungo sa lungsod at ito ay bumukas mag-isa at sila ay dumaan. Nang makaakyat sila sa isang kalye, iniwan siya ng Anghel.

Ang mga sumunod na nangyari ay medyo kakaiba at madalas na hindi napapansin. Nakabalik si Pedro sa ligtas na bahay ng simbahan. Kumatok siya sa labasan:

(Ang alipin) ay tumakbo at ibinalita na si Pedro ay nakatayo sa harap ng tarangkahan. Ngunit sinabi nila sa kanya, "Baliw ka!" Ngunit patuloy niyang iginiit na ganoon nga. Kaya't sinabi nila, "Ito ay ang KANYANG anghel." Ngayon si Pedro ay nagpatuloy sa pagkatok; at nang buksan nila ang pinto at makita siya, sila ay namangha. (Gawa 12:12-16).

Gusto ko yan! Sila ay mas namangha na si Pedro iyon kaysa sa kanyang anghel!

Ayon kay John Paul Jackson, ito ay nagpapahiwatig na ang mga anghel ay madalas na naroroon:

Ngayon sa mga unang araw ito ay dapat na isang medyo pangkaraniwang pangyayari. Maaari nating hulaan ito dahil nang makalabas si Pedro mula sa bilangguan at ang alilang babae ay pumunta upang buksan ang pinto... mas malamang na isang anghel ang lilitaw kaysa kay Pedro ay lumabas sa bilangguan.

Alam mong karaniwan ito dahil may isang bagay na hindi nangyari. Ano iyon? Nakaupo ka sa isang hapunan. Kumakain ka. May nagbukas ng pinto at sinabing ito ay anghel ni Pedro.

Ano ang gagawin mo? Ipagpapatuloy mo ba ang pagkain? Hindi ako! Bumangon ako at titingnan ang anghel. Hindi nila ginawa iyon. Nagpatuloy lang sila sa pagkain. Iyon ay nagsasabi sa iyo na ang mga pagpapakita ng anghel ay dapat na medyo karaniwan.

Ngayon hindi pa sila gaanong karaniwan. Ngunit mayroon akong pakiramdam na sila ay magiging mas karaniwan.[4]

Hindi ba ito kahanga-hanga?! Iyan ang dapat maghamon sa atin ngayon. Kailan ba tayo huling nag-isip ng ganyan?! Kailan huling normal para sa mga anghel na nilalang na bisitahin ang ating mga pagtitipon sa isang nakikitang anyo?

Ito ay magbabago! Ang Espiritu ay naging progresibo

upang maipahiwatig nang anghel sa ating henerasyon, inihahanda ang ating mga puso para sa mas mataas na antas ng pakikipag-ugnayan.

Tayo ay nakatayo sa rumagasang punto, isang sandali ng malalim na pagbabago, tumatawid sa abot-tanaw ng kaganapan patungo sa tadhana.

May mga palatandaan sa nakaraan para sa kung ano ang darating. Ang isang ganoong patotoo ay ang nangyari sa Amerikanong Pastor na si Roland Buck noong 1960s. Madalas siyang nakikipag-usap nang harapan kay Gabriel at sa iba pang mga anghel.

Narito ang isa sa kanyang unang pagkikita:

Pagkahiga ko pa lang, napansin ko ang isang mala-bughaw na mamula na nagmumula sa hagdanan. Alam kong masyadong madilim para maging ilaw para sa hagdanan, kaya naisip ko na posibleng nag-iwan ako ng ilaw sa isa sa mga silid sa ibaba. Bumangon ako, at nagsimulang bumaba para patayin ang ilaw. Nasa kalagitnaan na ako ng hagdan nang bumukas ang ilaw!

Nakatayo sa harapan ko ang dalawa sa pinakamalalaking lalaki na nakita ko sa buhay ko! nabigla ako! Hindi ako eksaktong natakot, ngunit mayroong isang pagnginginang ng banal na kapangyarihan na nagmumula sa kanila na nananahan sa ningning ng presensya ng Diyos, kaya hindi ako makatayo!

Nanghina ang mga tuhod ko at nagsimula akong matumba! Ang isa sa malalaking nilalang na ito ay inabot, hinawakan ako, at bumalik ang aking lakas!

Sinabi niya sa akin na siya ang anghel na si Gabriel! Natulala ako! Ito kaya ang Gabriel na nabasa ko sa Bibliya?

Ang epekto ng mga unang pagbisita ay hindi gaanong kahanga-hanga kaysa ngayon, dahil dito siya nakatayo, na malinaw na nakikita gaya ng sinumang makalupang tao, at ipinakilala ang kanyang sarili bilang ang anghel Gabriel! Imposibleng ilarawan ang aking damdamin ng pagkamangha at pagtataka! Pagkatapos ay ipinakilala niya ako sa pangalawang anghel na ang pangalan ay Chroni! Chroni? Iyon ay isang kakaibang pangalan. Hindi ko narinig iyon! ... Kahit kailan ay hindi ko nagawa[5]

Ilang oras na nakipag-usap si Roland Buck kay Gabriel. Mas maluwag at masaya sila kaysa sa inaakala mo. Nakipaglaro pa sila sa aso!

Marami tayong dapat matutunan tungkol sa mga anghel. Hindi mo ba gustong malaman ang higit pa? Marami tayong matututunan sa kanila.

Nakita ko sa mga makahulang pangitain na sa ating buhay ay makikipag-usap tayo nang harapan sa mga anghel tulad ni Roland Buck. Magkakaroon pa nga ng mga pagtitipon ng Ecclesia kung saan makikita natin silang lahat. Sa katunayan, ito ang magiging bagong modelo para sa mga apostolikong pag-ikot talahanayan. Tayo ay nasa Langit sa Lupa. Nakatayo sa Konseho ng Diyos.

Kahit na makita si Hesus at ang mga banal. Parang si Enoch lang. Mukhang malayo,

ngunit hindi! Isa lamang itong henerasyong bumabalik sa orihinal na disenyo,

lumalakad kasama ang Diyos nang harapan.

Marami pa akong masasabi tungkol sa mahalagang mga anghel. Marahil isang araw ay susulat ako ng isang libro tungkol sa kanila. Magbahagi ng ilang nakakabaliw na kwento. Iyon ay magiging masaya!

Siguro binabasa mo ito ngayon, nagugutom ka at hindi mo alam kung saan magsisimula. Nagsisimula pa lang din ako. Hindi ka nag-iisa. Sasabihin ko sa iyo kung paano ito gumagana para sa akin. Baka makatulong sayo.

Nagsimula ako sa pagsasabi sa Diyos, "Pahalagahan ko ang mga anghel. Gusto kong maglakad kasama ang mga anghel. Hayaan mo silang dumating o Hesus!" Pagkatapos ay pinarangalan ko ang mga taong nakagawa na nito. Ang mga taong tulad ni Gary Oates na sumulat ng inspirasyonal na libro na Open My Eyes Lord.6 Sasabihin ko sa Diyos, "Iginagalang ko si Gary Oates.

Gusto ko kung anong meron siya. Gusto ko ito!" Pinananatili ko ang isang postura ng pag-ibig, halaga at karangalan. Ang ganitong paraan ay umaakit sa Langit. Makapangyarihan ka. Binigyan ka ng Diyos ng pagpipilian. Pinili kong lumakad kasama ang mga anghel, pagkatapos ay humingi ng pahintulot mula sa Langit na maranasan sila. Hindi ko makakalimutan ang unang araw na dumating sila bilang isang grupo. Ngunit ito ay ibang kuwento!

Sa susunod na kabanata, palalawakin natin ang sa gitnang-dimensyonal na "KAINOS" na komunidad na ito sa pamamagitan ng pag-uusap tungkol sa isa pang kapana-panabik na grupo ng mga bagong kaibigan mo kay Kristo - ang 'Ulap ng mga Saksi' (ang mga santo sa Langit).

Hindi ka nag-iisa!

ULAP NG MGA SAKSI

Ang lahat ng maraming taong ito na may pananampalataya sa Diyos ay nasa paligid natin tulad ng ng isang ulap (Heb 12:1, NLV).

Ang bawat paglalakbay ay nagsisimula sa isang maliit na hakbang. Huwag magmadali. Mahalagang masiyahan sa biyahe. Tangkilikin ang proseso ng paglaki sa pagiging anak. Ang ganda talaga!

Nang walang takot, at puno ng pananampalataya, ipagpatuloy natin ang ating pakikipagsapalaran. Gusto kong makipag-usap sa iyo tungkol sa mga santo sa Langit, kung hindi man ay tinatawag na 'Ulap ng mga Saksi'.

Kung tulad ko, pinalaki ka sa mga Ebanghelikal na Simbahan baka naturuan ka na ang mga Santo ay nagbabakasyon lang palagi, sumasamba o tinatangkilik sa mga mansyon at parke sa Langit!

Ito ay bahagyang totoo! Nagkakaroon sila ng napakatalino na oras. Tulad ng sinabi ni C.S. Lewis nang tama:

Ang kagalakan ay ang seryosong negosyo ng Langit![1]

Ang langit ay isang napakasayang lugar! Ang Diyos ay nakaupo sa Langit at tumatawa (Salmo 2:4). Ang mga anghel ay naghahandog ng mga salu-salo (Lucas 15:10). Silang lahat ay nagtitipon sa isang malaking kapistahan (Heb 12:22). Ito ay medyo ligaw!

Gayunpaman, marami sa Langit ang may mga responsibilidad. May mga nakaupo pa nga sa mga trono. Sila ay naghahari ngayon kasama ni Kristo.

Ang magtagumpay (ay nagwagi), ipagkakaloob ko sa kanya na maupo sa tabi ko sa aking trono, gaya ng aking sarili na nagtagumpay (nagwagi) at umupo sa tabi ng aking Ama sa kanyang trono (Rev 3:21, AMPC).

Si Rick Joyner, mula sa Morningstar Ministries, ay dinala sa Langit at nakita ang unang kamay na ito. Sa kanyang pangungunang aklat na *The Final Quest*, isinulat ni Rick:

Habang papalapit ako sa luklukan ng Paghuhukom ni Kristo, ang mga nasa pinakamataas na ranggo ay nakaupo rin sa mga trono na lahat ay bahagi ng Kanyang trono. Kahit na ang pinakamaliit sa mga tronong ito ay higit na maluwalhati kaysa alinmang makalupang trono nang maraming beses. Ang ilan sa mga ito ay mga pinuno sa mga gawain ng Langit, at ang iba sa mga gawain ng pisikal na paglikha, tulad ng mga sistema ng bituin at mga kalawakan.[2]

Si Hesus mismo ang Huwaran para dito kahit ngayon ay nasa Langit. Ipinakikita niya sa atin kung paano tayo dapat mamuhay bilang mga may-gulang na anak.

Si Hesukristo ang tapat at mapagkakatiwalaang saksi, ang panganay sa mga patay [unang muling binuhay] at ang Prinsipe (Namumuno) ng mga hari sa lupa (Rev 1:5, AMPC).

Si Hesus ang pinakatunay na saksi. Natapos niya ang kurso. Tinapos Niya ang gawain ng Ama at nakatayo magpakailanman sa walang hanggang Orden ng Melchizedek (Heb 7:17).

Ngayon, hayaan mo akong magtanong sa iyo. Gusto kong isipin mo ito, dahil mahalaga ito. Si Hesus ba ay masaya na lang sa Langit ngayon at walang ginawa kundi ang magdiwang?

Ang malinaw na sagot ay hindi! Sinasabi ng Kasulatan na Siya ay namamagitan (Heb 7:25), naghahari (1 Cor 15:25), naghahayag (Rev 1:11), naghahanda (Juan 14:2), leading (Col 1:18) at tumatayo laban sa kaaway (Rev 12:10). Siya ay buhay at napaka-aktibo!

Kung ganoon nga ang kalagayan ni Hesus, at siya ang Huwaran natin, bakit parang iniisip ng Simbahan na ang mga nagtagumpay na mga banal ay naglalaro lamang o nagpi-piknik sa Langit? Ito ay kakaiba! Mayroon kaming kakaibang ideya na si Heaven ay isang epiko na pagreretirong asosasyon.

Nalaman kong ang kabaligtaran ay totoo. Ang tapat na mga banal ay ganap na nakikibahagi sa pamahalaan ng Langit, na kinukumpleto ang mga gawaing nakasulat sa 'Mga Aklat ng Tadhana' (Salmo 139:16). Sila ang Ecclesia sa langit, nagtatrabaho kasama ang Ecclesia sa mundo magkasama bilang isang pamilya.

Lumuhod ako sa Ama ng ating Panginoong Hesukristo na siyang pinangalanan ng buong pamilya sa langit at lupa (Eph 3:14).

Upang sa dispensasyon ng kapuspusan ng mga panahon ay matipon niya sa IISA ang lahat ng mga bagay kay Kristo, maging ang nasa langit at ang nasa lupa - sa Kanya. (Eph 1:10).

Hindi sila nagretiro, isinalin lamang sa ibang dimensyon na may ibang uri ng katawan, nagtatrabaho nang malapit sa atin, ganap na buhay at nakikibahagi sa kosmos. Sa pagkakaisa sa Diyos sila ay lumalapit at pumapaligid sa atin, na ngayon ay nagpapasaya sa atin.

Sinasabi ng Hebreo 12:1:

isang malaking pulutong ng mga saksi ang nasa paligid natin! (CEV) malaking pulutong ng mga lalaking may pananampalataya na nanonood sa amin (TLB)

pinalilibutan tayo (VOI) na pumapalibot sa atin (RHM)

sa bawat panig (TCNT)

malaking pulutong ng mga manonood (WMS)

Ang ideyang nakapaloob sa talatang ito ay napakalapit nila. Nasa kapaligiran nila kami. Kasing lapit ng kamay mo sa mukha mo. Lahat ng distansya ay kinansela sa krus. Tayo ay iisa!

Nakita ng Amerikanong may-akda na si Roberts Liardon ang mga saksi noong bata pa siya. Siya ay dinala ni Hesus mula sa kanyang silid sa langit.

Isinulat ito ni Roberts sa isang aklat na tinatawag na We saw Heaven. Sinabi niya:

Nadaanan namin ang isang bagay na hindi ko inaasahan na makikita ko sa Langit na ikinatuwa ko noon bilang ang pinakanakakatawang bagay na nakita ko. Gayunpaman, nang isaalang-alang ko

ito nang maglaon, ito ay isa sa mga pinaka-nakakaganyak at nakapagpapatibay na mga tanawin ng aking Kristiyanong paglalakad kasama ang Diyos… Nakita ko ang malaking ulap ng mga saksi.

Alam nila kung ano ang espirituwal na ginagawa ng simbahan. Kapag ako ay nangangaral halimbawa, sila ay nagpapasaya sa akin, sumisigaw, "Gawin mo ito… gawin mo na… dali!" Pagdating ng "kalahating oras", bawat isa sa kanila ay lumuhod at nagsimulang manalangin. Ang kalahating oras ay oras ng pagdarasal. Pagkatapos ay bumangon sila at nagsimulang magsaya muli. Para kaming nasa isang malaking laro, isang seryoso at totoo - hindi isang laro para lang sa kasiyahan! At mayroon kaming ilang mga tagahanga na nagpapasaya sa amin. Sinusuportahan nila kami ng 100 porsyento na nagsasabing " Dali! Kunin mo sila! Tama na, Dali!"

Kung malinaw nating nauunawaan ang banal na kasulatan tungkol sa pagkakaroon ng isang pamilya sa langit at sa lupa, maririnig natin sa ating espiritu ang sinasabi ng ating pamilya sa Langit. Kung maririnig natin ang "ulap ng mga saksi," magiging matagumpay tayo sa bawat bahagi ng ating buhay.[3]

Ito ang nais ni Hesus na makita natin ngayon. Maaaring nasa madilim na panahon tayo ngunit napapaligiran tayo ng mga kakampi.
Sa panahon ng "KAINOS" na ito ay nalulusaw ang manipis na ilusyonaryong lamad sa pagitan natin at nila.

Muli, ang buhay ni Hesus sa Lupa ay nagpatotoo sa atin kung ano ang magiging hitsura ng dinamikong relasyon na ito. Sa bundok, nagpakita sina Elijah at Moses, dalawa sa mga dakilang bayani, upang pasayahin siya.

Biglang naroon sa tuktok ng bundok sina Moises at Elias, ang mga imahen ng pananampalataya na minamahal ng Diyos. At kinausap nila si Hesus (Mat 17:3, VOI).

Ang Pagsasalin ng Mensahe ay nagsasabing "Sila ay nasa malalim na pag-uusap." Gusto ko yan!

Ayaw mo ba niyan? Maraming beses ko nang nakilala ang mga santo. Ang bawat pagkikita ay nagpabago sa aking buhay.

Nalaman ko pa nga na konektado sila sa amin sa antas na hindi pa namin naiintindihan. Ang katotohanan ay kailangan natin ang buong Simbahan na magtulungan bilang isang mahiwagang katawan. Hindi namin maaaring tapusin ang pagtatalaga sa kosmiko na ito nang mag-isa.

Palibhasa'y nagtamo ng mabuting patotoo sa pamamagitan ng pananampalataya, ay hindi tumanggap ng pangako na ang Dios ay naghanda ng isang bagay na lalong mabuti para sa atin upang sila'y huwag maging sakdal nang hiwalay sa atin. (Heb 11:39-40).

Magkasama lamang natin makikita ang pagbabago ng Mundo. Lahat ito ay ideya ng Diyos.

Ako ay kumbinsido na ang hitsura ng mga banal ay tumindi. May mga pahiwatig sa kung ano ang darating sa Mateo 27:50-53. Ito ay isang kamangha-manghang kuwento na halos mahirap paniwalaan!

At muling sumigaw si Hesus ng malakas na tinig, at ibinigay ang Kanyang espiritu. Pagkatapos, narito ang tabing ng templo ay napunit sa dalawa mula sa itaas hanggang sa ibaba; at ang lupa ay nayanig, at ang mga bato ay nahati, at ang mga libingan ay nangabuksan; at maraming katawan ng mga banal na nangatulog ay ibinangon; at nagsilabas sa mga libingan pagkatapos ng kanyang muling pagkabuhay ay nagsipasok sila sa banal na lungsod at napakita sa marami.

Nabasa mo ba yun? Dumating ang mga banal sa banal na lungsod! Naglibot talaga sila sa bayan na may mga bagong katawan. Bagay di ba?! Ganyan tayo naging nagkakaisa sa krus. Iyan ang kapangyarihan ng Buhay na ipinahayag sa Ebanghelyo - ang 'Masayang Mensahe'.

Tulad ng sinabi ng mang-aawit sa UK na si Godfrey Birtill:

Dalawang libong taon na ang nakalilipas, tayo ay nagdugo sa isa, bawat distansya ay nakansela kay Kristo at ang paghihiwalay ay isang ilusyon, isang kasinungalingan.[4]

Gustung-gusto ko ang sumusunod na kahulugan ng Simbahan na pinagkasunduan ng mga Katoliko at Ebangheliko:

Ang Simbahan ay ang mga tao ng Diyos, ang katawan at ang

kapatid ni Kristo, at ang templo ng Banal na Espiritu. Ang isa, unibersal na Simbahan ay isang transnasyonal, transkultural, transdenominasyonal, at maraming etniko na pamilya, ang sambahayan ng pananampalataya. Sa pinakamalawak na kahulugan, kasama sa Simbahan ang lahat ng tinubos sa lahat ng panahon, bilang isang katawan ni Kristo na pinalawak sa buong panahon pati na rin sa espasyo.[5]

Pagkatapos mula sa krus, ang mga santo ay nagpatuloy sa buong panahon upang magpakita sa maraming Kristiyano kapwa sa mga pagbisita sa Langit at gayundin sa mga pagpapakita sa Lupa. Sa katunayan, ang Mga Gawa ay nagtala ng isang nakakatuwang kuwento tungkol sa dalawang lalaking lumilitaw ('mga lalaking nakaputi' - palaging isang pinamimigay sa Banal na Kasulatan!). Tingnan mo ito:

Nang matapos Niya (Hesus) ang atas na ito, nagsimula Siyang bumangon mula sa lupa sa harap ng kanilang mga mata hanggang sa ang mga ulap ay natakpan Siya mula sa kanilang pangitain. Habang pinipilit nilang makita ang huling sulyap sa Kanyang pagpunta sa langit, napagtanto ng Panginoon (mga apostol) na nakatayo sa gitna nila ang dalawang lalaking nakasuot ng puting damit. *Dalawang Lalaki: Kayong mga taga-Galilea, bakit kayo nakatayo rito na nakatitig sa langit? Itong si Hesus na iiwan ka at aakyat sa langit ay babalik sa parehong paraan na nakikita mo Siyang umaalis (Acts 1:9-11, VOI).*

Nakakatuwa! Nahanap ko ang kuwentong sobrang nakakatawa! Dalawang santo ang binigyan ng misyon sa Mundo (ang tinatawag ni Bill Johnson na " Umalis sa baybayin") para tanungin sila kung bakit sila nakatingin?! Hindi ba halata?! Hinipan lang ni Hesus ang kanilang mga isip na lumutang at naglalaho. Napagtanto ko na ang komedya ay ideya ng Diyos! Kailangan mong magkaroon ng pakiramdam ng paglalaro at kagalakan upang makasama Siya. Siya ang Diyos na masayang masaya (1 Tim 1:11).

Pagkatapos ng panahon ng aklat ng Mga Gawa, ang makalangit na mga banal ay patuloy na lumitaw sa Lupa sa buong panahon. Ang mga aklat ng kasaysayan ay punong-puno ng mga kwento ng pagdating nila upang magturo, umaliw at kung minsan ay tumulong pa. Madalas silang lumilitaw kapag may namamatay. Dumating sila upang parangalan ang kanilang buhay at samahan sila sa Langit. Kaya kong pumili ng napakaraming kwento, gayunpaman dahil maikli ang espasyo, ibibigay ko sa iyo ang isa sa aking mga paborito.

Ito ay kinuha mula sa buhay ni Joseph ng Copertino.[6] Si Joseph ay nananalangin sa simbahan sa gabi at isang demonyong nilalang ang pumasok sa silid upang subukan at takutin siya sa pamamagitan ng paghihip ng mga kandila. Tingnan kung ano ang susunod na mangyayari!

Itinuring ng makademonyong espiritu si Joseph bilang kanilang kaaway. Isang gabi ang lingkod ng Diyos ay nakatayo sa harap ng altar ni St. Francis, sa Basilica sa Assisi, nang marinig niya ang marahas na pagbukas ng pinto at nakita niya ang isang lalaki na pumasok na napakaingay na umabante na ang kanyang mga paa ay tila nababalot ng bakal. Pinagmasdan siya ng mabuti ng santo at nakita niya na habang papalapit siya, ang mga lampara ay namatay, isa-isa, hanggang sa wakas ay napatay ang lahat at ang nanghihimasok ay tumayo sa kanyang tabi sa lubos na kadiliman.

Isipin mo! Nasa dilim ka kasama ang masamang nilalang na ito na nakatayo sa harap mo. Nakakatakot isipin na nasa dilim ka kasama ang masamang nilalang na ito na nakatayo sa harap mo. Nakakatakot!

Pagkatapos ang diyablo, dahil siya iyon, galit na galit na inatake si Joseph, inihagis siya sa sahig at tinangka siyang sakalin. Gayunman, tinawag ni Joseph si [tinawag] si St. Francis at nakita siyang lumabas mula sa kanyang libingan at muling sinindihan ng maliit na kandila ang lahat ng lampara sa ningning kung saan biglang nawala ang halimaw. Dahil sa pangyayaring ito, binigyan ni Joseph si St. Francis ng pangalang "Tagapagsindi ng Simbahan".

Hindi ba ito kamangha-mangha! Naniniwala ako. Minsan ay sinabi ni St. Francis:

Hindi mapapatay ng lahat ng kadiliman sa mundo ang liwanag ng isang kandila.[7]

Tama siya at nakita niyang natupad ito kahit pagkamatay niya. Nasusunog pa rin ang kandila.

Kung nakikita mo ang hinaharap, maaari kang maging bahagi ng hinaharap. Nakita ng mga banal ang ating panahon sa pamamagitan ng pananampalataya. Ang 'Ulap ng mga Saksi' ay nabubuhay kasama natin sa kanilang mga puso na nagmamahal sa atin tulad ng mga lolo't lola. Pinahihintulutan na palakasin ang loob natin habang pinamumunuan tayo ng Espiritu, sila ay malapit na konektado sa ating buhay, hindi ganap na hiwalay sa atin (Heb 11:39-40). Gusto nilang magtagumpay tayo sa kanila.

Gusto mo bang maranasan ang higit pa sa komunidad na ito sa iyong sariling buhay? Sigurado akong gagawin mo. Hindi tayo dapat makaramdam ng pag-iisa.

Paul Keith Davis (White Dove Ministries), ay natagpuan ang koneksyon sa pagitan ng paggalang sa mga banal at pagpapakita:

Kumbinsido ako kung ano ang iyong pinag-uusapan ay darating. Kung tungkol sa mga anghel ang pag-uusapan ay darating sila. Kung pinag-uusapan mo ang mga kampeon ng pananampalataya na kanilang darating. Kung pinag-uusapan mo ang kanilang ginawa at ang mga manta na kanilang dinala at ipinaglalaban ito sa henerasyong ito kung gayon ang iyong sinasabi ay pumasok sa kwarto.

Kami ay binabantayan! Ikaw ay binabantayan.[8]

Ganito talaga ang simula nito para sa akin - nagbasa ako ng mga libro tungkol sa buhay ng mga santo, nagmumuni-muni at nagniniilay-nilay kung paano kumilos ang Panginoon sa kanila, nagdarasal at nakipag-ugnayan sa Langit sa pamamagitan ng pananampalataya. Sa kalaunan ay natagpuan ko na ipinakilala ako ng Panginoon sa kanyang mga mahal na kaibigan.

Ang isa sa pinakabago ay noong Setyembre 2015. Sa hindi inaasahang pagkakataon, ang French mistiko na si Madame Guyon ay dumating sa Espiritu sa aming tahanan.

Mapagpakumbaba siyang lumuhod sa harapan ko, tahimik na nagdarasal. Dumagsa ang Presensya ng Diyos sa buong bahay. Bumaba ang asawa kong si Rachel para tingnan kung ano ang nangyayari. Ito ay mahalaga at nagbabago ang buhay.

Hindi mo ba gusto ang iyong sariling mga karanasan tulad nito? Pagkatapos ay mamuhay nang may bukas na puso.

Mayroong isang bagay tungkol sa isang postura ng karangalan at pagnanais, na umaakit sa sangkap ng Langit. Ganun kasimple. Ang buhay ay dumadaloy sa pamamagitan ng karangalan.

Ang totoo ay hindi ka nag-iisa. Hinding hindi ka mag-iisa.

Ang lahat ng mga ilusyon ng distansya ay ganap na nakansela kay

Hesus. Tayo ay iisa.

TELEPATIKO SA PAMAMAGITAN NG DISENYO

Alam ni Hesus ang kanilang mga Iniisip (Mat 12:25).

Sa susunod na dalawang kabanata ay bubuo tayo sa ating mundong "KAINOS" sa pamamagitan ng pagtingin sa isang bagong paraan na maaari tayong makipag-usap sa Espiritu. Isang hindi mabibiling kakayahan na mas ganap na kumikilos habang tayo ay tumatanda kasama ni Kristo. Tinatawag ng medya ang kakayahang ito na 'telepatiko'. Minsan tinatawag ito ng mga siyentipiko na 'mental radyo'.

Huwag kang mataranta! Alam ko kung gaano ito kahirap at kontrobersyal. Mangyaring manatili sa akin. Hindi ka lamang masisiguro na ito ay ganap na bibliya ngunit makikita mo na ito ay isang bagay na ginawa ni Hesus araw-araw.

Masasabik ka rin sa mga posibilidad na naghihintay sa iyo bilang isang "KAINOS" na nilalang. Katulad ni Hesus, ikaw ay nakatakdang maging mas telepatiko. Ito ay NATURAL sa bagong pagkakasunud-sunod ng paglikha ng buhay. Ito ay ang hinaharap.

Tinutukoy ng Dictionary.com ang telepathy bilang -

Ang komunikasyon sa pagitan ng mga tao ng mga pag-iisip, damdamin, pagnanasa, atbp., na kinasasangkutan ng mga mekanismo na hindi mauunawaan sa mga tuntunin ng mga kilalang batas na pang-agham.

Ang salitang "tele" ay nangangahulugang "sa malayo" (tulad ng tele-vision). Habang ang "pathy" ay nangangahulugang pagdama o empatiya. Ang mga Katolikong teologo ay may isang salita para dito. Tinatawag nila itong "cardio-gnosis" na nangangahulugang "kaalaman sa puso sa puso". Ang ganda di ba?

Noong 1930, isang lalaking tinatawag na Upton Sinclair ang sumulat ng isang sikat na libro tungkol dito na tinatawag na Pangkaisipang Radio. Iminungkahi niya na ang telepatiko ay isang pang-agham na penomena. Ibinatay ito ni Upton sa maraming kawili-wiling mga eksperimento kasama ang kanyang asawa at malalapit na kaibigan. Inendorso ni Albert Einstein ang hindi pangkaraniwang aklat na ito sa pagpapayunir at sinabing ang ideya ay sulit na tuklasin:

(Pangkaisipang radyo) ay nararapat sa pinaka-mataimtim na pagsasaalang-alang, hindi lamang ng mga karaniwang tao, kundi pati na rin ng sikolohista sa pamamagitan ng propesyon.[1]

Sa kabila ng hindi lubos na pag-unawa sa nangyayari, sina Sinclair at Einstein ay parehong naniniwala na mayroong isang bagay na nangyayari ng patago.

Isang bagay na hindi nauunawaan ng siyensya... hindi pa!

Noong 1924, nasaksihan din ng isa pang siyentipiko na si Hans Berge ang pagkilos ng telepatiya. Siya ay nagkaroon ng isang mapanganib na aksidente sa kabayo at muntik nang mamatay. Kahit papaano ay naramdaman ng ate niya ang nangyari.

Si Hans Berger, ang Aleman na nagtala ng unang human electroencephalogram (EEG) noong 1924... ay nahulog habang nakasakay sa isang kabayo at muntik nang masagasaan ng isang pangkat ng mga kabayong nagkakarera sa kalsada na ilang pulgada mula sa kanyang ulo. Ang kanyang kapatid na babae, na maraming milya ang layo, ay nakadama ng panganib at iginiit na magpadala ng telegrama ang kanyang ama upang malaman kung ano ang mali. Hindi pa siya nakapagpadala ng telegrama dati, at ang karanasan ay nag-iwan kay Burger ng labis na pagkamausisa kung kaya't lumipat siya mula sa pag-aaral ng matematika at astronomiya patungo sa medisina na umaasang matuklasan ang pinagmumulan ng saykikong enerhiya na iyon.[2]

Nakaranas ka na ba ng ganyan? Alam mong may mali sa isang kaibigan. Hindi mo alam kung paano. Nalaman mo lang.

Ilang taon na ang nakalilipas, naaalala ko ang matinding pagnanasa na tawagan ang kaibigan kong si Mary. May seryosong nangyari! Tinawagan ko agad si Mary. Yun pala ay nagkaroon siya ng napakasamang sitwasyon noong araw na iyon sa trabaho. Namumuhay siyang mag-isa at perpekto ang tiyempo ng aking pagtawag.

Ito ay kakaiba, ngunit ginagawa nating lahat ito. May naiisip tayong kaibigan, tapos bigla na lang ay magpapadala sila ng mensahe sa atin sa Facebook o kaya ay tatawag. Paano ito nangyayari? Sumabog

kami sa kanta at may nagsabing "Iniisip ko lang ang kantang iyon!" Unang beses nating makatagpo ang isang tao at may hindi tama sa pakiramdam. Paano mo nalaman na hindi sila mapagkakatiwalaan?

O napansin mo ba na ang dalawang tao ay madalas na may parehong ideya sa parehong oras? Ilang beses lumabas ang dalawang bagong pelikula, o dalawang teknolohiya na halos magkapareho? Sa katunayan, karaniwan nang may partikular na pangalan ang mga siyentipiko para dito, tinatawag nila itong "maramihang epekt":

Mayroong isang kamangha-manghang kababalaghan sa agham na kilala bilang "maramihang epekto". Ang maramihang epekto ay kapag maraming tao na nakahiwalay sa heograpiya mula sa isa't isa na magkaroon ng eksaktong parehong pagtuklas sa eksaktong parehong oras. Ang mga taong ganap na walang komunikasyon sa isa't isa ay dumarating sa eksaktong parehong mga pagtuklas at imbensyon sa parehong oras, madalas na hindi napagtatanto na ang kanilang ideya ay naipakita na kamakailan sa publiko ng isang taong nagtatrabaho sa parehong problema.[3]

Ang katibayan ay lumalaki na ang mga tao ay maaaring kumonekta sa labas ng kasalukuyang paradigma ng pisika. Noong 2014, ibinalita ng mga siyentipiko na matagumpay silang nagpadala ng mensahe sa isip:

Nagpadala ang mga siyentipiko ng 'mensahe sa isip' mula sa isang tao patungo sa isa pang 4,000 milya ang layo sa sinasabi nilang unang matagumpay na eksperimentong telepatiko sa mundo. Ikinonekta nila ang isang tao sa Mumbai, India, sa isang wireless na headset na naiugnay sa internet, at isa pang tao sa isang katulad na aparato sa Paris. Nang ang unang tao ay nag-isip lamang ng isang pagbati tulad ng 'ciao', Italyano para sa

'hello', alam ng tatanggap sa France ang kaisipang nangyayari.[4]

Isinama ko ang agham para makapag-isip ka.

Ang mas mahalagang tanong para sa atin ay, ano ang sinasabi ng Bibliya? Telepatiko ba si Hesus? Makikita ba natin ito sa Banal na Kasulatan? Ang simpleng sagot ay "Oo"! Ganap! Ito ay sa buong Bibliya. NORMAL para kay Kristo na marinig ang mga nakatagong kaisipan sa loob. Tingnan ang mga sumusunod na talata na may mga inosenteng bagong mata ng paglikha. Ito ay hindi kapani-paniwala!

Datapuwa't Siya, na nalalaman ang kanilang mga iniisip, ay sinabi sa kanila (Lucas 11:17-18).

Si Hesus na nalalaman ang kanilang mga iniisip ay nagsabi,

"Bakit kayo nag-iisip ng masama sa inyong mga puso?" (Mat 9:3-5).

Ngunit alam ni Hesus ang kanilang mga iniisip at sinabi sa kanila (Mat 12:25).

Pinutol ni Hesus ang kaibuturan ng tunay na isyu sa loob ng puso. Pagpunterya sa mga lihim na motibo ng kaluluwa. Madalas niyang sinagot hindi ang kanilang mga binigkas na salita ngunit ang kanilang mga lihim at pinakamalalim na pananabik ang mga totoong tanong. Sa Langit mas malakas ang pagsasalita ng puso kaysa dila.

Alam ni Hesus kung ano ang nasa puso nila (Juan 2:24, DAR).

Alam ko ang iniisip at damdamin ng lahat (Rev 2:23, CEV). I X-ray ang bawat motibo (Rev 2:23, MSG).

Isa ito sa aking mga paborito:

Ngunit hindi ipinagkatiwala ni Hesus ang kanyang buhay sa kanila. Kilala niya sila sa loob at labas, alam niya kung gaano sila hindi mapagkakatiwalaan. Hindi niya kailangan ng anumang tulong upang makita ang mga ito (Juan 2:24, MSG).

Nakita niya mismo ang mga ito! Oh anak kailangan ba natin yan ngayon!

Si Hesus ay dumating bilang Liwanag at Katotohanan. Siya ay

gumagana nang libre mula sa panlabas na mga ilusyon. Walang sinuman ang maaaring lokohin siya sa kanilang magandang hitsura, titulo o edukadong salita. Hindi siya makikipaglaro sa isip ng tao at ipagpalit sa kasinungalingan. Ang Facebook at Twitter ay hindi magpapahanga!

Sapagkat sinisiyasat ng Panginoon ang lahat ng puso at pag-iisip, at nauunawaan ang bawat layunin at hilig ng mga pag-iisip (1 Chron 28:9, AMP) ... sapagkat kung ano ang iniisip niya sa kanyang puso, gayon din siya (Prov 23:7).

Ngunit sa lahat ng ito, nakita ng Diyos sa pamamagitan ng lente ng Pag-ibig. Nakita niya ang nakatagong kayamanan. Hinila ang mga tao mula sa ilusyon at mga bilangguan ng isip, na ginising ang mga nawawala. Ibinalik sila sa totoong mundo.

Hindi gumamit si Hesus ng telepatiko para hatulan ang sangkatauhan. Siya ay naparito upang ipakita sa atin na ang Diyos ay para sa atin. Siya ay dumating upang ibigay ang hustisya para sa mga nangangailangan at kalayaan para sa mga bihag.

Siya [Hesus] ay hindi hahatol sa pamamagitan ng hitsura, hindi magpapasya batay sa sabi-sabi. Hahatulan niya ang nangangailangan ayon sa tama, magbibigay ng mga desisyon sa mga mahihirap sa Mundo nang may katarungan. (Is 11:3, MSG).

Ang cardio-gnosis o telepatiko ay hindi tungkol sa pagkondena o pagtrato ng masama sa mga tao. Ito ay tungkol lamang sa pamumuhay mula sa isang mas mataas na pananaw. Ito ay kagalakan ng pagkakilala at pagiging kilala. Ang pagiging mahina at tapat sa isa't isa. Naglalakad sa Liwanag sa totoong komunidad.

Maiisip mo ba si Hesus na walang ganitong kakayahan? hindi ko kaya. Kung gayon bakit mo iniisip ang iyong sarili na walang kakayahang ito?

Ang eksaktong buhay kay Kristo ay nauulit ngayon sa atin. Tayo ay kapwa inihahayag sa parehong kaligayahan; tayo ay nakikiisa sa kanya kung paanong ang kanyang buhay ay naghahayag sa iyo, ang iyong buhay ay naghahayag sa Kanya! (Col 3:4, MIR).

Dahil Siya ang Salamin mo!

TELEPATIKONG EHE: ISANG KATAWAN

Ang bawat isa sa atin ay pinagsama sa isa't isa, at tayo ay nagiging magkasama ang hindi natin kayang mag-isa (Rom 12:5, VOI).

Kasama mo pa rin ako? Nakaligtas ka nang marinig ang salitang TELEPATIKO sa huling kabanata at gutom ka pa ring malaman. Iyan ay mahusay! Marami pang dapat malaman!

Ito ay magpapatuloy hanggang sa tayo ay magkaisa sa pamamagitan ng ating pananampalataya at ng ating pang-unawa sa Anak ng Diyos. Kung magkagayon tayo ay magiging ganap tulad ni Kristo at tayo ay magiging ganap na katulad niya (Eph 4:13, CEV).

Nais nating ganap na mahubog kay Kristo, lahat ay lumaki ganap na buhay at ganap na nahayag!

Sa kabanatang ito ay palawakin natin ang huli sa pamamagitan ng pagbabahagi ng mga kuwento mula sa mga santo at sa pamamagitan ng pag-uusap tungkol sa kung paano gumagana ang telepatiko sa ating buhay ngayon. Gusto kong ipakita sa iyo na posible para sa buong komunidad na gumana sa ganitong paraan. Sa katunayan ito ay mangyayari!

Huwag kang masaktan dito. Ito lang ang paraan kung paano tayo ginawa. Ito ay ang paraan na kami ay palaging nilalayong maging bago ang taglagas. Ang Ethiopic na aklat ni Enoch1 ay nagtala na ang mga tao ay hindi dapat umasa sa mga aklat upang ipasa ang kaalaman. Ang mga aklat ay hindi nangangailangan ng intimacy. Maaari kang magbasa ng isang talambuhay nang hindi nakakakilala ng isang tao. Sa katanuyan, kami ay sinadya upang mabuhay magpakailanman at magbigay ng kaalaman sa pamamagitan ng direktang koneksyon. Si Adan ay sinadya upang maging isang buhay na aklat, bukas na bukas, puno ng liwanag, na nagbibigay sa salinlahi sa salinlahi.

Ito ay darating muli. Ito ang ating kinabukasan. Nakikita natin ang mga sulyap nito sa mga nakaraang buhay ng mga santo. Sa susunod na kahanga-hangang kuwentong ito, natuklasan ng French mistiko na si Jeanne Guyon na maaari siyang makipag-usap nang puso sa puso sa panahon ng malubhang karamdaman.

Sa pambihirang sakit na ito, unti-unting ipinakita sa akin ng Panginoon ang isa pang paraan para makapag-usap ang mga kaluluwa - sa matinding katahimikan. Sa tuwing papasok si Padre La Combe sa silid, siya lang ang kakausapin ko sa katahimikan. Ang aming mga puso ay nakipag-usap sa isa't isa, nakikipag-usap ng biyaya nang walang mga salita. Ito ay tulad ng pagpunta sa isang bagong bansa para sa kanya at para sa akin ngunit ito ay malinaw na napaka-diyos, hindi ko mailarawan ito. Lumipas kami ng maraming oras sa katahimikang ito, laging nakikipag-usap, nang walang binibitawan na salita... Maya-maya ay nakikipag usap na ako.[2]

Maganda! Ito ang tunay na pagkakaisa, Pagkakaisa ang paraan na ito ay nilalayong maging. Ayaw mo nun?!

Si St. Gerard Majella ay isa pang Santo na nagbabasa ng puso ng mga tao at alam kung ano ang nangyayari sa kanila. Ito ay isang nakakatuwang kuwento ng kanyang paghuli sa isang pekeng pulubi na may kapansanan!

(Siya) ay kinasusuklaman ang gawain ng ilang lalaking nagkunwaring baldado upang mabuhay sa pagkakawanggawa ng iba. Sa isang pagkakataon, nakita ng Santo ang isang lalaki na kinakaladkad ang kanyang sarili sa kanyang mga saklay, ang isang paa ay nakabenda sa lumang basahan, nakikiusap na humingi ng limos... Lumapit si Gerard sa lalaki, pinunit ang kanyang mga benda at inutusan ang lalaki na itigil ang pagkukunwari para sa kanyang ikabubuti ng kaluluwa. "Nang makita ang kanyang panloloko na natuklasan ang nagkunwaring

pilay ay tumakbo sa magkabilang binti at nakalimutan maging ang kanyang mga saklay."[3]

Ang kakayahang ito ay partikular na kapaki-pakinabang sa mga oras ng pagtatapat! Ha!

(St. Philip Neri) ay nagkaroon din ng regalo ng pagbabasa ng mga kaluluwa at puso. Ang kaloob na ito ay madalas na ginagamit sa pagkukumpisal kapag ang isang kasalanan ay nakalimutan o ang isang nagsisisi ay pinigil ang pagsasabi ng isang mabigat

kasalanan dahil sa kahihiyan. Minsan nang ang isang binata ay nahirapang ilarawan ang isang tiyak na kasalanan ang Santo ay naawa sa kanya at ipinahayag kung paano ito nangyari.[4]

Kailangan natin ito ngayon. Hindi ka ba nagsasawa na kami ay niloko ng mga huwad na tao, pulitiko man, tanyag na tao o mga Youtube ministeryo? Sa internet kailangan natin ng pag-unawa araw-araw!

Ang totoo, hindi ko maisip na mabubuhay nang wala ito ngayon. Nalaman kong mahalaga ang cardiognosis habang naglalakbay ako sa buong mundo. Talagang hindi opsyonal kung gusto nating magdisipulo sa mga bansa.

Naaalala ko ang unang pagkakataon na narinig namin ng asawa ko ang iniisip ng isang tao. Nasa tabing dagat kami sa Wales na naglalagay ng aming tolda. May babaeng nakaupo sa likod namin. Sama-sama, narinig naming mag-asawa ang pag-iisip niya "Ayoko na nandoon sila, hinaharangan nila ang tingnan ng dagat." Lumingon kami sa isa't isa at sinabing "Narinig mo ba yun?!" Natutuwa kaming pinahintulutan kami ng Diyos na marinig ito... at siyempre inilipat namin ang aming tolda nang mas malayo sa dalampasigan!

Naglagay ako ng ganoong halaga sa kakayahang ito. Hindi ako maaaring gumana nang wala ito. Kadalasan kapag naglalakbay ako, nakikita ko kung gaano kalaki ang espirituwal na awtoridad sa pinuno. Masasabi ko kung ang isang tao ay nahihirapan at kung minsan kung ano ang mga isyu. Nararamdaman ko na ang tadhana ay nahahanay sakin. Madalas kong nararamdaman kung nagsisinungaling sila.

Minsan sa Espiritu ng paaralan, kinausap ako ng isang binata tungkol sa kadalisayan. Nakakalungkot, hindi siya naging tapat sa akin. Sa kanyang pag-iisip ay nakita kong nakipagtalik siya sa isang babae noong linggong iyon. Nagkaroon din siya ng iba pang problemang may kinalaman sa droga. Ngumiti ako at niyakap siya. Hindi ko siya pinahalata. Naiintindihan ko lang kung saan siya nanggaling. Kailangan niya si Papa. Kailangan niya ng pagmamahal.

Nalaman kong mas malakas ang telepatiko sa mas malalim na estado ng unyon. Kapag sumipsip ako sa presensya, minsan sa isang iglap ay nakikita ko kung ano talaga ang mga tao. Parang ilang taon ko na silang kilala. Hindi ito nangyayari sa lahat ng oras ngunit talagang gusto ko ito kapag nangyari ito.

Nakaranas din ako ng cardio-gnosis sa malaking sukat. Sa panahon ng pagsamba sa isang malaking kumperensya na napuno ng mainit na parang pulot

ang dibdib ko. Ang puso ko ay namamaga sa pag-ibig ng Diyos. Ang mga iniisip at damdamin ng lahat ng tao sa silid ay dumidiin sa akin. Ito ay hindi karaniwan.

Kapag ang aking isip ay tahimik at malalim na nakatuon sa Panginoon, paminsan-minsan ay naririnig ko ang mga tanong ng mga tao bago nila itanong sa kanila. Mas madalas kasama ang mga malalapit na kaibigan. Kapag hawak mo ang isang tao sa iyong puso ay tila mas madaling kumonekta. Minsan nakakalimutan kong hintayin silang magsalita bago sumagot. Ito ay nagpatawa sa amin ng ilang beses!

Huwag kang matakot dito. Maging bukas. Tulad ng ipinakita ko na sa iyo sa nakaraang kabanata, ito ay malalim na biblikal. Tingnan natin ang isa pang halimbawa mula sa Mga Gawa:

Pagkatapos ay sinabi ni Pedro, "Ananias, paanong pinuspos ni Satanas ang iyong puso na nagsinungaling ka sa Banal na Espiritu at nag-imbak para sa iyong sarili ng ilan sa perang natanggap mo para sa lupain? ...Paano kayo nagkasundo na

subukin ang Espiritu ng Panginoon?" (Acts 5:5-9).

Nakita mismo ni Pedro ang mga ito. Hindi kapani-paniwala! Alam natin ang iba pang kwento. Bigla silang namatay. Maaari mo bang isipin iyon? Nakakaloka di ba!

Ngunit isipin kung hindi nakita ni Pedro. Ang buong simbahan ay nakipagtulungan sana sa panlilinlang at pangungutya. Ipinagpalit sa plataporma ni Satanas ng kasakiman at pagmamataas, sumang-ayon sa katiwalian.

Kailangan nating bumalik sa antas na ito ng pananaw. Hindi na natin maaaring gawing kalokohan ang mahalagang paksang ito. Hindi tayo magagalaw sa nakikita. Alam ni Paul na ang labas ay hindi katotohanan. Nasa loob ang mahalaga.

Hindi natin kilala ang sinuman sa paraang pantao lamang (2 Cor 5:16, HCSB) Mula sa pananaw ng tao (LEB).

Kailangan nating makita ang higit sa balat at higit pa sa mga negatibo at positibong tsismis tulad ng Diyos:

Sapagkat ang tao ay tumitingin sa panlabas na anyo ngunit ang Panginoon ay tumitingin sa puso (1 Sam 16:7).

Ito ay eksakto kung paano gumagana ang mga bagay ngayon sa Langit. Sa mas mataas na hindi nakikitang dimensyon na iyon, ang ating mga kaisipan ay nagsasalita nang mas malakas kaysa sa mga salita. Nag-uusap kami ng mga kulay, dalas at tunog.

Nakita ko na ang mga santo na NAGLIWANAG sa Konseho ng Diyos. Nagsasalita sa isa't isa sa mga bilis na sinag ng mga buhay na kulay, tulad ng espirituwal na hibla ng mata. Mapang-akit na mga batis ng kulay rosas, melokoton, mga asul, dilaw na dumadaloy sa espiritu sa hangin. Ang lahat ay nakikipag-ugnayan nang sama-sama tulad ng isang buhay na isipan ng pugad. Mabilis ang pagsasalita kaysa sa naiintindihan ko. Ito ay nakakabighani. Napakalaking kagandahan.

Nakikita natin ang mas mababang anyo ng direktang mensaheng ito sa Bibliya. Ipinakita ni Pablo ang isang lalaki sa isang pangitain mula sa Macedonia. Kinausap niya si Paul sa telepatikong larangan ng komunikasyon.

At isang pangitain ang nagpakita kay Pablo sa gabi. Isang lalaking taga-Macedonia ang tumayo at nakiusap sa kanya na nagsasabi, "Pumunta ka sa Macedonia at tulungan mo kami." (Acts 16:9).

Tinatawag ito ng ilan na " Pangarap na Pagsalakay". Ito ay karaniwan sa buhay ng mga banal sa kasaysayan. Ian Clayton nakakatuwang tinatawag itong " teksto-mensahe Espiritu ". Marami siyang ginagawa!

Sa pagtaas ng komunidad, nakita ni Paul ang radikal na mistiko na posible para sa atin sa Mundo na pagsabayin bilang isang komunidad na espirituwal na ehe. Tulad ng aking mga pagbisita sa Langit:

Kumpletuhin ang aking kagalakan sa pamamagitan ng pamumuhay nang may pagkakaisa at pagkakaroon ng parehong pag-iisip at isang layunin, pagkakaroon ng parehong pag-ibig, pagiging buong kasunduan at ng isang maayos na pag-iisip at intensyon (Phil 2:2, AMP).

O mas simple ...mag-Isang ISIP **(2 Cor 13:11).**

Ito ay "KAINOS" na espirituwal na teknolohiya. Kami ay isang buhay na ehe ng komunikasyon na lumalampas sa puwang na oras sa matris. Ang bawat kahulugan ng distansya ay kinansela kay Kristo. Kami ay mahiwagang gusot

magkasama sa pag-ibig sa pakikiisa ng isang katawan.

Natagpuan ko ang mas malalim na tinatamasa natin ang pagsasama at habang mas nakikibahagi tayo sa presensya ng Diyos, mas lumalalim ang kakayahang ito. Ang mas nakadamit, ako ay nasa Banal kakanyahan, mas nagiging natural itong bagong maligayang mundo. Sa sarili ko wala akong magawa. Sa pagkakaisa natin naaabot ang pagiging perpekto.

Ang pagkakabit ay simpleng maling persepsyon ng ating isipan. Ang katotohanan ay pagkakaisa.

Marami tayong tao, ngunit kay Kristo tayong lahat ay iisang katawan. Tayo ang mga bahagi ng katawan na iyon at ang bawat bahagi ay pag-aari ng lahat ng iba pa (Rom 12:5, ERV).

Ang bawat isa sa atin ay pinagsama sa isa't isa at tayo ay

naging sama-sama kung ano ang hindi natin kayang mag-isa (Rom 12:5, VOI).

"Nagiging MAGKASAMA tayo na hindi natin kayang mag-isa" Gusto ko yan. Ang hinaharap ay tutukuyin ng Pagkakaisa.

MALAYONG PANINGIN

Sumagot si Hesus at sinabi sa kanya, "Katotohanang, sinasabi ko sa iyo, maliban kung ang isang tao ay ipanganak na muli, hindi siya makikita..." (John 3:3).

Bago si Kristo, ang sangkatauhan ay mahigpit na limitado sa pisikal na mundo. Nakatali kami ng espasyo at oras. Natigil sa mga limitasyon ng ating natural na katawan. Bulag sa espirituwal. Nahulog.

Sa bagong paglikha, lahat ito ay nagbago. Ang bunga ng pagiging ipinanganak-muli ay paningin. Ang pananampalataya ang nagbubukas ng ating mga mata.

Sapagkat tumitingin tayo sa lahat ng oras hindi sa nakikitang mga bagay kundi sa hindi nakikita. Ang mga bagay na nakikita ay panandalian: ito ay ang mga bagay na hindi nakikita na talagang permanente (2 Cor 4:18, PHI).

Naisip ni Apostol Pablo na natural na makakita. Hinikayat niya ang kanyang mga tagasunod na tumingin sa di-nakikita, na palaging itutok ang kanilang paningin sa mga bagay sa Itaas. Si Paul ay isang mistiko!

Tumingala at maging alerto sa kung ano ang nangyayari sa paligid ni Kristo - kung saan ang aksyon ay (Col 3:1, MSG).

Ito ay isa pang misteryo ng Ebanghelyo. Ito ay huwaran para sa atin ni Juan na Mahal. Siya ay nasa Espiritu sa araw ng Panginoon. Nakarinig siya ng isang tinig at "lumingon upang makita" (tingnan ang see Rev1). Kapag tayo ay nasa Espiritu maaari tayong "lumingon upang makita" ayon sa kalooban ng Diyos. Nalaman kong gusto niyang ipakita sa amin ang kanyang mundo. Gusto niyang makita natin.

Batid ng mga pamahalaan ng daigdig na ang mga tao (kahit na sa kanilang pagkalugmok) ay may ilang kakayahang makakita ng malalayong mga kaganapan. Tulad ng telepatiko, ito ay lampas sa kasalukuyang pag-unawa sa agham. Ngunit alam nilang may nangyayari. Tinatawag nilang " Malayuang Pagtingin" ang kakayahang ito.

Ang malayuang pagtingin (RV) ay ang kasanayan ng paghahanap ng mga impresyon tungkol sa isang malayo o hindi nakikitang tudlaan gamit ang pansarili na paraan, lalo na dagdag-pandamang pang-unawa (ESP) o " pandama sa isip."[1]

Ang USA ay bumuo ng isang proyekto upang tuklasin ito. Tinawag nila itong "Project Stargate". Parang kathang isip na agham ang alam ko! Ngunit ito ay totoo! Ito ay opisyal na tumakbo sa loob ng 20 taon hanggang 1995. Ang 'opisyal na linya' ay ito ay isang kabiguan.

Gayunpaman, kung maghuhukay ka sa paligid ng ebidensya ay makakahanap ka ng ilang tao ay napakahusay dito. Natukoy ng isang tao ang mga tampok ng Sistemang Solar bago makarating doon ang NASA gamit ang mga satellite. May nangyayari!

Kung gayon, ang likas na tao ay maaaring madaanan ang ilan sa mga kakayahan na ito - gaano pa kaya natin, ang "KAINOS" na mga anak na napuno at sumapi sa Banal na Kalikasan makikita?

Tinatawag ng Nangunguna na si Nancy Coen ang bagong kakayahan sa paglikha na ito na "Walang limitasyong Paningin ".

Ang galing. Isang regalo! Kahit na ang kamangha-manghang teleskopyo ng Hubble ay hindi maihahambing sa hanay ng aming paningin. Nakatingin ka na ba sa kosmos kasama si Hesus?

Habang nagtatapos ang edad na ito at nagsisimula ang isa pa, makikita natin ang kalinawan ng paningin. Darating tayo sa edad.

Ngunit ang matigas na pagkain ay nauukol sa mga nasa hustong gulang na iyon ay yaong mga dahil sa paggamit ay nasanay ang kanilang mga pandama (Heb 5:14).

Ang dating para lamang sa mga propeta ay magiging normal para sa lahat. Tingnan natin ang ilang halimbawa:

Nais mo bang protektahan ang iyong bansa mula sa pag-atake? Ito mismo ang ginawa ni Eliseo para sa Israel. Sa tuwing ang Hari ng Syria ay sumalakay ang

Nakahanda ang Israel para sa kanya at nanalo sa laban. Tinapik sila! Galit na galit ang Hari. May espiya ba sa kampo?

Kaya't ang puso ng hari sa Syria ay nabagabag na mainam sa bagay na ito; at tinawag niya ang kaniyang mga lingkod at sinabi sa kanila, Hindi ba ninyo ipakikita sa akin kung sino sa atin ang para sa hari ng Israel?"

At sinabi ng isa sa kanyang mga lingkod, "Wala, panginoon ko, O hari; ngunit si Eliseo ang propeta na nasa Israel ay nagsasabi sa hari ng Israel ng mga salita na iyong sinasalita sa iyong silid." (2 Kings 6:11-12).

Nalaman ni Eliseo ang misteryo na itinuturo ko sa iyo ngayon. Siya ay isang kalasag sa kanyang bansa at pinrotektahan ito mula sa kasamaan. Tumulong siya sa gobyerno. Siya ay nabubuhay nang lampas sa mga limitasyon ng lokalidad. Natutunan niya kung paano lumipat sa Kaharian ng Kaharian kasama ang Diyos.

Paano kung makakita ng mga lihim na pagpupulong? Gusto mo bang malaman kung ano ang nangyayari sa buong Mundo? Nakita ni propeta Ezekiel ang lihim

idolatriya sa likod ng mga saradong pinto at kung sino ang sangkot. Batid niya ang katiwalian sa gobyerno at ang mga kabalyero ng kanyang henerasyon.

At sinabi niya sa akin, "Pumasok ka at tingnan mo ang masasamang kasuklamsuklam na kanilang ginagawa doon." Kaya pumasok ako at nakita ko at doon – bawat uri ng gumagapang na bagay ay kasuklam-suklam na mga hayop at lahat ng mga diyus-diyosan ng sambahayan ni Israel na inilalarawan sa buong palibot sa mga dingding. At nakatayo sa harap nila ang pitong pung lalake sa mga matanda sa sangbahayan ni Israel at sa gitna nila ay nakatayo si Jaazanias na anak ni Saphan. Ang bawat lalaki ay nagkaroon ng isang insenso sa kaniyang kamay at isang makapal na ulap ng insenso ang umakyat. Nang magkagayo'y sinabi niya sa akin, "Anak ng

tao, nakita mo ba kung ano ang ginagawa ng mga matanda sa sambahayan ng Israel sa dilim, bawa't tao sa silid ng kaniyang mga diyus-diyosan? Sapagkat sinasabi nila, 'Hindi tayo nakikita ng Panginoon, pinabayaan ng Panginoon ang lupain.'" (Ez 8:9-12).

Naniniwala ang masasamang taong ito na makakatakas sila dahil hindi nakikita ng Panginoon! Gaano ito katotoo ngayon? Ilang gobyerno at korporasyon ang nagsasagawa ng mga hindi etikal na makitungo ngayon? Sa tingin nila ito ay nakatago. Magbabago din ito!

Kaya huwag mo silang katakutan. Sapagka't walang natatakpan na hindi mahahayag at natatago na hindi malalaman (Mat 10:26).

Naniniwala ako na ang mga bagong Ecclesia ehe ay lilitaw sa bawat bansa na makakakita, makakarinig at makakaunawa. Bibigyan sila ng kaalaman at magniningning ng Karunungan.

May mga maliliit na pahiwatig sa nakaraan na nagpapakita kung ano ang darating, lalo na sa mga santo ng Celtic. Sa panahon na walang mga cell phone o "Facebook" umasa sila sa "Walang limitasyong Paningin" at cardio-gnosis upang manatiling konektado. Alam nila kung ano ang nangyayari.

Isang araw, sa Iona, biglang bumangon si St. Columba mula sa kanyang pagbabasa at nakangiting nagsabi: "Ngayon ay kailangan kong magmadali sa simbahan upang magsumamo sa Diyos sa ngalan ng isang mahirap na babae na pinahirapan ng mga pasakit ng pinakamahirap na panganganak at na ngayon ay nasa Ireland na tumatawag sa aking pangalan. Sapagkat umaasa siya na sa pamamagitan ko ay palayain siya ng Panginoon mula sa kanyang paghihirap, sapagkat siya ay kamag-anak ko, sapagkat ang kanyang ama ay kabilang sa mga kaanak ng aking ina."[2]

Pansinin na tinawag siya nito. Nakipag-ugnayan siya sa espiritu sa pamamagitan ng cardio-gnosis. Isang Espiritu na mensahe upang makahanap ng tulong. Kapag ang iyong puso ay gumagalaw, ang iyong espiritu ay sumusunod. Kung ang ibang tao ay bukas at may kamalayan, madarama ka nila at tutugon pabalik. Isa itong Espiritu na tawag.

Ang kuwento ni Columba ay nagpapatuloy:

Si St Columba ay naawa sa dalaga at tumakbo sa simbahan kung saan siya lumuhod at nanalangin kay Kristo na Anak ng Tao. Pagkatapos manalangin ay lumabas siya at sinabi sa mga kapatid na nakatagpo sa kanya: "Ngayon ang ating Panginoong Jesus na ipinanganak ng isang babae ay nagpakita ng lingap sa kaawa-awang babae at nagdala ng napapanahong tulong upang iligtas siya mula sa kanyang mga paghihirap. Ligtas na siyang nanganak at wala siyang panganib sa kamatayan."

Nang maglaon ay natagpuan nila mula sa mga lokal na tao, lahat ng sinabi ni Columba ay totoo. Ito ay normal para kay Columba. Ang makahula ay gumana nang may kalinawan at katumpakan. Isang bagay na muli nating makikita habang lumilitaw ang mga bagong orakulo sa buong Mundo. Ang mga taong tulad ni Samuel na ang mga salita ay hindi mahuhulog sa lupa. Isang mas mataas na propetikong ministeryo ang darating.

Sa susunod na kuwento, nakilala ni Columba ang isang lalaki sa isang bahay bisita. Kaagad nakita niya kung saan nanggaling ang lalaki at nakita niya ang mga mahahalagang kaganapan na nagaganap kasama ang kanyang pamilya sa kanilang tahanan.

Nang makita siya ng Santo, sinabi niya: "Saan ka nakatira?" "Sa Cruach Rannoch malapit sa baybayin ng loch." "Ang distritong iyon na iyong pinangalanan," sabi ng Santo, "ay kung saan ngayon ay nangungurakot ang mga ganid na mandarambong." Ang kaawa-awang layko, nang marinig ito ay nagsimulang magdalamhati para sa kanyang asawa at mga anak, ngunit inaliw siya ng santo sa kanyang kalungkutan na nagsasabi: "Humayo ka, mahal na kasama, umalis ka. Ang iyong buong pamilya ay tumakas sa gilid ng bundok at nakatakas, bagaman ang malupit na mananakop ay itinaboy kasama nila ang iyong munting kawan at kinuha bilang samsam ang mga kasangkapan ng iyong bahay." Nang bumalik ang karaniwang tao sa kanyang sariling distrito, nalaman niyang lahat ng narinig niyang sinabi ng santo ay natupad.

Ang yumaong propetang si Bob Jones ay madalas magkaroon ng mga karanasang tulad nito. Nakakatuwa ang ilan sa mga kwento! Naaalala ko ang nakalipas na mga taon na pinapangunahan ko ang Jeff Jansen (Global Fire Ministries) sa Wales para sa isang kumperensya. Nagpapahinga si Jeff sa bahay-tuluyan. Tumingin siya sa salamin at biglang nakita niya si Bob (na isa sa mga mentor niya) na nakatayo sa likuran niya. Gulat na gulat, lumingon si Jeff at nakitang nag-iisa pa rin siya. Agad na tinawagan ni Jeff si Bob sa Amerika para tingnan kung siya ba talaga iyon. Tumawa si Bob at sinabing "Oo, sinusuri ko ang aking mga anak!" Mahal niya si Jeff at sinisigurado niyang okay siya sa kanyang paglalakbay sa Wales. Gusto ko yan! Iyan ay "KAINOS" na nabubuhay! Tumawa si Bob at sinabing "Oo, sinusuri ko ang aking mga anak!" Mahal niya si Jeff at sinisigurado niyang okay siya sa kanyang paglalakbay sa Wales. Gusto ko yan! Iyan ay "KAINOS" na nabubuhay!

Natutuhan ko mula sa Panginoon na kung hawak mo ang isang tao sa iyong puso - kung mahal mo sila at pananatilihin mo sila sa iyong espiritu tulad ng isang kayamanan - kung gayon mas makikita at madarama mo ang kanilang buhay. Ang iyong espiritu ay susunod sa iyong puso (tingnan 2 Kings 5:26).

Nakakakita ako ng mga malalayong pangyayari. Nasaksihan ko sa mga panaginip at pangitain ang mga pulong ng lupon at pag-uusap sa ibang mga lugar. Minsan kong nakita ang ginagawa ng asawa kong si Rachel sa kusina noong nasa sala ako. Minsan pinahintulutan pa akong makita ang katahimikan ng mundo sa kalawakan.

Ang aming nakatatandang kapatid ay ang Prototipo. Siya ang Bato na ating kinatatayuan at pinagbabatayan ng ating buhay. Namuhay si Hesus nang malaya mula sa mga limitasyon ng tao at nakakakita ng higit sa kanyang likas na mga mata.

Nakita ni Hesus si Nathanael na lumalapit sa Kanya at sinabi tungkol sa kanya. Narito ang isang tunay na Israelita na sa kaniya'y walang pagdaraya! Sinabi ni Natanael sa Kanya, "Paano mo ako nakilala?" Sumagot si Hesus at sinabi sa kanya, "Bago ka tinawag ni Felipe nang ikaw ay nasa ilalim ng puno ng igos nakita kita." (Juan 1:47).

Nakita niya si Nathanael bago pa man sila magkita. Ang tiyak na salitang ito tungkol sa puno ng igos ay pinutol ang puso ni Nathanael. Agad siyang naniwala.

Nangyari na ba ito sa iyo? May nakilala ka na ba at naramdaman mong kilala mo na sila? Marahil ay nakita mo sila dati sa Espiritu. Magugulat ka kung gaano kaaktibo ang iyong pagiging espiritu. Palagi itong gumagalaw lalo na sa gabi. Hindi ito natutulog.

Ang ating pananaw ay hindi limitado kahit sa mga tao o mga bansa. Oo, makikita natin ang malalayong pangyayari dito tulad ng pagkakita ni Eliseo sa Hari ng Syria ngunit makikita rin natin ang makalangit. Sinabi ni Hesus:

Ako ay nanonood at nakita si Satanas na nahulog mula sa langit na parang kidlat! (Lucas 10:17-20, PHI).

Palagi siyang nakakakita sa maraming dimensyon, nagtatrabaho kasama ang kanyang Ama. Sa katunayan, upang tunay na gumana bilang isang mature na anak dapat nating makita.

Nang magkagayo'y sumagot si Hesus at sinabi sa kanila ang katotohanan, katotohanang sinasabi ko sa inyo, ang Anak ay hindi makakagawa ng anuman sa kaniyang sarili kundi ang nakikita niyang ginagawa ng Ama; sapagka't anuman ang kaniyang ginagawa ay gayon din ang ginagawa ng paraan ng Anak" (Juan 5:19)... "Sinasabi ko ang aking nakita sa Aking Ama" (Juan 8:38).

Ang buong mundo ay bukas sa Kanyang paningin.

Ang mga mata ng Panginoon ay patuloy na gumagala sa buong mundo (2 Chron 16:9, ISV).

Saan ako pupunta mula sa Iyong Espiritu? O saan ako makakatakas mula sa Iyong harapan? Kung ako'y umakyat sa langit, nariyan ka; kung gagawin ko ang aking higaan sa impiyerno, narito, ikaw ay naroroon. Kung kukunin ko ang mga pakpak ng umaga at tumahan sa mga kaduluduluhang bahagi ng dagat, doon man ako papatnubayan ng iyong kamay at hahawakan ako ng iyong kanang kamay. (Salmo 139:7).

Naunawaan ng Salmista na ang Espiritu ng Diyos ay nasa lahat ng dako at napuno niya ang lahat - maging ang impiyerno. Ang paglikha ay mas maliit kaysa sa Trinidad. Kahit na ang langit ng langit ay napakaliit.

Ang langit at ang langit ng mga langit ay hindi makapagtataglay sa Iyo (1 Kings 8:27).

(Si Hesus) na bumaba ay siya ring umakyat sa itaas ng lahat ng langit. Ginawa niya ito upang siya ay nasa lahat ng dako (Eph 4:10, WE).

Gusto ko ito. Ang mga talatang ito ay ginto. Mga pintuan sa Banal na Karagatan! Tumalon ka!

Dito rin ito nakakapagtaka para sa amin bilang mga anak. Hindi ba tayo ngayon ay nakikiisa rin sa kanyang Espiritu? Hindi ba ang Ebanghelyo ay isang mensahe ng pagkakaisa sa kanya? Isang espirituwal na kasal? Oo!

Ngunit ang sumasama sa Panginoon ay nagiging ISANG espiritu kasama niya (1 Cor 6:17, WE).

Pagkatapos sa ilang bagong mystical na paraan, maaari nating daanan ang KAHIT SAAN kay Kristo dahil nasa lahat na tayo kay Kristo. Nasa Kanya tayo at nasa atin si Kristo! Kahanga-hanga! Gaya ng sinabi ni Paul:

Umaalingawngaw ang Espiritu ng Diyos. May mga bagay na dapat gawin at mga lugar na pupuntahan! (Rom 8:14, MSG).

Gusto ko ang imbitasyong iyon! Tulad ni Aladdin sa Disney cartoon, ang Banal na Espiritu ay umabot at nagsabing "Nagtitiwala ka ba sa Akin?" Baka hindi mo pa napapanood ang pelikulang iyon? Ang batang babae na si Jasmine ay nag-iisip tungkol sa alok na lumipad, pagkatapos ay tumalon sa mahiwagang karpet kasama si Aladdin. Nagsisimula silang kumanta ng isang kamangha-manghang kanta tungkol sa pagkakita ng isang 'buong bagong mundo' (pamilyar ang tunog?)![3]

Kumakanta si Aladdin "Maaari kong buksan ang iyong mga mata, magtaka sa pamamagitan ng pagtataka..."

Ito ay isang propetikong larawan ng kung ano ang gumagalaw sa Espiritu. Hindi ito nakakatakot. Kasama mo Siya. Hindi ka nag-iisa.

Dadalhin ka niya. Siya ay nagpapakita sa iyo. Nasa pagkakaisa tayo lumipad sa biyaya!

Si Jasmine ay kumanta pabalik kay Aladdin:

"Para akong shooting star, ang layo na ng narating ko hindi na ako makakabalik sa dati."

Ito ang pangarap ng Langit para sa atin. Na malayo tayo sa labas hindi na tayo babalik. Parang si Enoch lang!

NAPUNO NG
KAALAMAN

Binigyan ng Diyos si Solomon ng karunungan – ang pinakamalalim na pang-unawa at ang pinakamalaking puso. Walang lampas sa kanya, walang hindi niya kayang hawakan (1 Kings 4:29, MSG).

Natutuwa akong nagbabasa ka pa rin! Alam ko na ito ay lumalawak para sa ilan sa inyo. Magaling sa pag-unlad hanggang dito. Tayo'y magutom ng higit pa. Ginawa ka para dito. Kumbinsido ako sa hinaharap na lahat ito ay tila batayan 101. Tayo ay patungo sa isang bagong edad.

Palawakin natin ang ating mga kahulugan kung ano ang posible NGAYON. Napakaliit ng pamumuhay ng Simbahan. Sa kabanatang ito, tatangkilikin natin ang isa pang hanay ng mga mistikal na kakayahan mula sa ating pagkakaisa sa Banal. Ang mga ito ay tinatawag na "Napuno ng Kaalaman" at "Pinalawak na Puso".

Tulad ng Tardis sa Dr. Sino (oo ako ay isang geek!) kami ay mas malaki sa loob kaysa sa labas. Sa loob ay nakaimbak ang lahat ng kayamanan at misteryo ng Langit. Kailangan lang nating matutunan kung paano humila mula sa nakatagong kayamanan na ito upang matulungan ang mundo. Buhay sa loob hanggang labas.

Magsimula tayo sa "Napuno ng Kaalaman". Maaari itong tukuyin bilang:

Ang kaloob ng natural (sekular) at higit sa karaniwan (espirituwal) na kaalaman na mahimalang ipinagkaloob ng Diyos. Inakala ng ilan na inari nina Adan at Eva, na umiral nang nasa hustong gulang at naging unang mga guro ng sangkatauhan.[1]

Ang Napuno ng Kaalaman ay ang kaalamang direktang ibinahagi sa atin ng Diyos. Hindi ito dumarating sa makalupang pag-aaral. Hindi ito natural. Ito ay higit sa karaniwan!

Hindi ito limitado sa isang paksa. Maaaring ito ay kaalaman tungkol sa agham, musika, wika, oras, tao, sining, o kahit tungkol sa Cosmos. Maaari itong biglang dumating sa isang iglap nang malumanay sa paglipas ng panahon. Ito ay bunga ng mistikal unyon.

Ako ang baging, kayo ang mga sanga. Kapag ikaw ay sumama sa akin at ako sa iyo, ang relasyong matalik at organiko, ang ani ay tiyak na sagana. Hiwalay at hindi ka makakagawa ng isang bagay (Juan 15:7, MSG).

Ang kamangha-manghang bagay tungkol sa napuno ng kaalaman ay kung minsan ay maaari itong dumating nang lihim, nang hindi mo alam kung paano ito nakarating doon. Maaari itong sumipsip sa iyong puso sa gabi o sa presensya.

Sapagkat ang Diyos ay maaaring magsalita sa isang paraan, o sa iba, Ngunit hindi ito napapansin ng tao.
Sa panaginip, sa isang pangitain sa gabi, Pagka ang mahimbing na pagkakatulog ay nahuhulog sa mga tao habang natutulog sa kanilang mga higaan, kung magkagayo'y binubuksan niya ang mga tainga ng mga tao at tinatakan ang kanilang turo.
(Job 33:14-16).

Ilang taon na ang nakalilipas, seryoso akong naapektuhan sa pakikinig kay Joshua Mills (New Wine International). Sinabi sa amin ni Joshua ang isang kuwento tungkol sa kanyang malakas na pagharap sa Diyos noong siya ay isang tinedyer. Siya ay nasa isang pagpupulong sa Simbahan at biglang nalasing ng Banal na Espiritu. Kinaumagahan, nagising si Joshua na marunong tumugtog ng teklado at magsulat ng mga kanta. Nandoon na ang lahat, kaya lang niya. Ang Diyos ay 'tinatak ang pagtuturo' sa kaniya sa gabi. Ayaw mo nun?! Kinopyang Banal!

Ang Napuno ng Kaalaman ay konektado sa unyon. Madalas naming pinag-uusapan ito sa aming mga Podcast. Isa lang ito sa mga bunga ng pagkakaibigan. Isa sa mga palatandaan ng tunay na espirituwal na kaligayahan.

Minsan ko nang naranasan ang hindi pangkaraniwang bagay na ito sa eroplano upang magsagawa ng mga pulong ng kabataan sa France. Nag-eenjoy ako sa tamis ng Diyos at bigla akong nadala. Sa isang iglap ay natagpuan ko ang aking sarili sa Langit. Nakita ko ang 'Mga Aklat ng

Hinaharap' at binigyan ako ng pang-unawa tungkol kay Enoc. Naunawaan ko na ang Ecclesia ay talagang muling magtatayo ng mga wasak na lungsod, tanawin sa Mundo at magbabago ng DNA. Ako ay napuno kasama si Isaiah 61:3-4. Kahanga-hanga!

Ang ilan ay naniniwala na si Adan ay may ganitong uri ng kaalaman, na ang mga unang tao ay may 100% na kapangyarihan sa utak. Nilikha na handa nang umalis, hindi natutong lumakad o magsalita si Adam, naroon na ito. Siya ay ipinanganak na lumaki. Alam ni Adam kung paano magtrabaho sa lupa at lumikha ng teknolohiya. Napuno siya ng pang-unawa tungkol sa mga hayop at halaman. Alam niya ang kanilang kalikasan.

Madalas nating nakikita ang kakayahang ito kay Hesus. Kasama ang babae sa balon, alam ni Hesus ang buong kuwento ng kanyang buhay. Walang tinatago sa kanya. Nagulat siya!

At marami sa mga Samaritano sa bayang iyon ang naniwala sa Kanya dahil sa salita ng babae na nagpatotoo, "Sinabi niya sa akin ang lahat ng aking ginawa." (Juan 4:39).

Kilala niya ito sa loob at labas. Alam ang kanyang kasaysayan, naunawaan ang kanyang sakit. Hindi ito natural na kaalaman. Ito ay sa pamamagitan ng Espiritu. Nagmula ito sa Ama (1 Cor 2:10).

Nakaranas ka na ba ng ganyan? Sa isang iglap, may dina-download ang Diyos sa iyo?

Ang kasaysayan ng simbahan ay maraming kuwentong tulad nito. Madalas akong tumingin sa mga santo ng Celtic. Nakatayo sila bilang isang parola ng liwanag sa buong panahon, na minarkahan ang mga isla ng Britanya na may pag-asa. Sa kuwentong ito si Saint Bridget at ang kanyang mga kaibigan ay naghihintay na makipagkita sa isang mahalagang opisyal upang makipagtalo sa isang kaso.

Mahilig si Bridget sa musika at minsan sa kuta ng isang pinuno sa isang lugar malapit sa Knockaney (County Limerick), nagpunta si Bridget para hilingin na palayain ang isang bihag. Siya ay pinaupo at hintayin ang pinuno ng matandang alaga ng lalaki. Habang naghihintay siya, may nakita siyang mga alpa na nakasabit sa dingding. Humingi siya ng ilang musika ngunit wala ang mga harpa. Sinabihan ng mga kapatid na babae na kasama ni Bridget ang ampon na kunin ang alpa at habang naroroon si Bridget ay makakapaglaro siya. Ibinaba ng matandang lalaki ang alpa mula sa dingding, pinatunog ito nang malabo, ngunit biglang nalaman na makakagawa siya ng mga hangin at pagkakatugma. Ang isa pa sa sambahayan ay sabik na sumubok ng pangalawang alpa na may parehong resulta. Sa kasalukuyan ang lugar ay napuno ng masayang musika at ang pinuno ay dumating sa bahay upang marinig ito. Nakarinig siya ng pambihirang tawa mula sa kanyang kinakapatid na ama. Masaya sa kanyang pag-uwi ay pinagbigyan niya kay Bridget ang lahat ng hiniling nito.[2]

Ha! Iyan ay isang kaluwalhatian na pagsakop! Mas kailangan natin ito ngayon. Sa trabaho, bahay, paaralan. Nakikita mo ba? Pangarap ko ito. Nakikita ko ang mga ligaw na isla ng Britanya na umaalingawngaw sa kagalakan!

Ang himalang ito ay hindi lamang limitado sa sinaunang panahon. Ang Amerikanong nanggagaling na ebanghilista na si John G. Lake ay nakaranas din ng napuno ng kaalaman. Minsan, si John ay sumasakay ng tren at nagkaroon ng matinding pagnanais na makipag-usap sa ilang Italyano na naghihintay sa plataporma tungkol kay Jesus.

Habang naglalakad ako pababa sa entablado, sinabi ko, "Oh Diyos, gustong-gusto kong makausap ang mga lalaking ito tungkol sa buhay na Kristo at sa Kanyang kapangyarihang magligtas."

Sinabi ng Espiritu, "Kaya mo."[3]

Narinig mo ba yun? "Kaya mo!" sabi ng Diyos! Ang sumunod na nangyari ay puro kagalakan:

Lumapit ako sa kanila at habang papalapit ako sa kanila ay nakita ko ang aking sarili na nagsimulang magsalita sa ilang wikang banyaga. Tinutugan ko ang isa sa grupo at dali-dali niyang sinagot ako sa salitang Italyano. Tinanong ko kung saan siya nanggaling, at sumagot siya ng "Naples." Sa loob ng labinlimang minuto pinahintulutan ako ng Diyos na sabihin ang mga katotohanan ni Kristo at ang kapangyarihan ng Diyos sa grupong iyon ng mga manggagawa sa Italyano, isang wika na hindi ko alam.

Si John G. Lake ay nagpropesiya ng isang ulan ng biyaya na darating upang pahiran ang isang henerasyon sa hinaharap upang magsalita ng BAWAT wika. Nakita niya kung ano ang mayroon siya ay isang iglap lamang, isang sulyap sa kung ano ang darating.

Maaari mo bang isipin na ngayon? Lahat tayo ay nagsasalita ng MARAMING wika! Magtataka ang media. Mayayanig nito ang mundo. Naglakas loob akong maniwala sa mga ganyang bagay.

Gaya ng sinabi ni Paul:

Kung tila tayo ay baliw, ito ay upang magbigay ng kaluwalhatian sa Diyos (2 Cor 5:13, NLT).

Ang pangalawang "KAINOS" na kapangyarihan na kasama nito ay ang tinatawag kong "Pinalawak na Puso". Ito ay isang malalim na hindi maipaliwanag na kapasidad na maglapat ng kaalaman, malutas ang mga bugtong, maghanap ng mga solusyon.

Ito ay isang matalinong puso na higit sa natural na pag-iisip. Ito ang pinasok ni Solomon at ng maraming santo sa kasaysayan. Basahin ang susunod na talatang ito at isipin na nangyayari ito sa iyo:

Binigyan ng Diyos si Solomon ng karunungan - ang pinakamalalim na pang-unawa at ang pinakamalaking puso. Walang lampas sa kanya, walang hindi niya kayang hawakan (MSG).

Binigyan ng *Elohim* si Solomon ng karunungan - matalas na pang-unawa at isang isip na walang limitasyon tulad ng buhangin sa dalampasigan (1 Kings 4:29, NOG).

Wow! Gusto ko yan... Walang limitasyong isip!!

Ang Bibliya ay puno ng mga taong gumanap dito bago ang bagong paglalang. Maliit na senyales sa isang mas malaking araw. Isa si Daniel sa kanila. Inako niya ang responsibilidad sa Espiritu para sa isang bansa at sa nahulog na awtoridad at isang pinalawak na puso.

Isang pambihirang espiritu, kaalaman at pananaw, ang kakayahang magpaliwanag ng mga panaginip, linawin ang mga bugtong at lutasin ang mga kumplikadong problema ay natagpuan sa Daniel na ito. (Dan 5:12, AMP).

Magagawa niya ang anumang bagay - bigyang-kahulugan ang mga panaginip, lutasin ang mga misteryo, ipaliwanag ang mga palaisipan (MSG).

Buksan ang mga misteryo at lutasin ang mga buhol-buhol na problema (CJB).

Wala nang hihigit pa kay Daniel. Wala... Isipin mo.

Ang ilan ay naniniwala na ginagamit lamang natin ang 10% o mas kaunti sa kapasidad ng ating utak. Para saan ang dagdag na 90% na iyon? Marahil ang natitira ay para sa mas mataas na kamalayan at kasukatan na pakikipag-ugnayan ang tinatawag nating kaharian ng espiritu?

Ang alam natin ay dumating si Hesus upang ibalik ang lahat ng nawala. Bawi lahat. Kabilang dito ang ating talino at pangangatwiran, ang ating kaalaman, ang 100% at higit pa.

Sapagkat naparito ang anak ng tao upang hanapin at iligtas ang nawala (CJB).

Ipinropesiya ng yumaong si Bob Jones na sisimulan nating

makitang tumaas ang ating mga kakayahan sa pag-iisip, pagdating natin sa panahon ng pag-aani. Naniniwala ako dun.

Hindi natin talaga mauunawaan ang mga panahong ating ginagalawan nang hindi rin nauunawaan na magkakaroon ng matinding pagtaas sa paghahayag, karunungan at pang-unawa.

Ang iyong mga anak na lalaki ay manghuhula, gayundin ang iyong mga anak na babae; ang iyong mga binata ay makakakita ng mga pangitain, ang iyong matatandang lalaki ay nangangarap ng mga panaginip. Pagdating ng panahon ibubuhos ko ang aking Espiritu sa mga naglilingkod sa akin, kapwa lalaki at babae at sila'y manghuhula. (Acts 2:17, MSG).

Ito ay isang napakalaking pagbabago! Tayo ay nasa panahon ng nahayag na katotohanan! At ito ay dumarami.

Sa panahon ni Enoc ito ay kabaligtaran. Ang karunungan ay hindi makahanap ng pahingahang lugar sa Mundo. Sila ay isang mapanghimagsik na henerasyong labag sa batas na hindi umiibig sa Diyos. Madilim ang panahon noon. Ang karunungan ay nanatiling nakakulong sa Langit. Sabi ng "The Lost Book of Enoch":[4]

Tila kakaiba na ang karunungan ay walang nakitang lugar kung saan siya maaaring tumira; pagkatapos ay isang lugar ang itinalaga sa kanya sa langit... Siya ay lumabas upang gawin ang kanyang tahanan sa gitna ng mga anak ng tao ngunit hindi nakasumpong ng tahanan. Bumalik siya sa kanyang kinalalagyan at naupo sa gitna ng mga anghel.

Ngunit nakita ni Enoch ang oras na ito ay magbabago. Isang panahon kung saan ang mga tao ay pupunta sa langit at umiinom mula sa mga bukal ng karunungan. Nakita niya nang maaga ang mga umuusbong na komunidad ng Ecclesia.

Nakita ko ang bukal ng katuwiran na hindi mauubos. Sa paligid ay iba pang mga bukal ng karunungan. Ang mga nauuhaw ay uminom ng tubig na ito at sila ay napuspos ng karunungan.

Mga pagkakamali ng ehe na umaakyat sa Sion upang malaman ang mga daan ng Diyos. Gusto ko ito! Nagsimula na.

Pagkatapos ay nakita ni Enoch na ang karunungan ay magbabad

sa lupa ng mga lihim ng katuwiran. Isang araw ng pagsalakay ng kaalaman. Isang pagbubuhos ng Espiritu ng Karunungan!

Ang karunungan ay ibubuhos na parang tubig at ang kaluwalhatian ng Diyos ay hindi magkukulang. Sapagkat Siya ay makapangyarihan sa lahat ng bagay at sa lahat ng lihim ng katuwiran.

Nasa ganitong oras tayo. Naniniwala ako. Nakita ko. Nakilala namin ang mga taong "KAINOS" na ipinakita sa mga bagong teknolohiya sa kompyuter, mga disenyo ng kotse, mga ideya sa pagpapahaba ng buhay, mga matalas na algoritmo, nanoteknolohiya at higit pa.

Ang ilan sa mga ito ay ligaw! Nangyayari ito ngayon madalas sa lihim. Bumisita ako sa isang bagong pasilidad sa paggawa para makita ko ang ilan dito. Nakakaloka ang nakita ko doon! Nagustuhan ko!

Ayaw mo ba niyan?

Kamangha-manghang nais ng Diyos para sa atin din ito at higit pa rito!

Ikinagagalak ng inyong Ama na ibigay sa inyo ang kaharian (Lucas 12:32).

Walang alinlangan! Ito ay nagbibigay sa kanya ng kagalakan upang ibahagi ang Kaharian sa iyo!

Tumawag ka sa akin at sasagutin kita, at magpapakita sa iyo ng dakila at makapangyarihang mga bagay na hindi mo nalalaman (NKJV)... Sasabihin Ko sa iyo ang mga kamangha-manghang bagay na hindi mo maisip sa iyong sarili (MSG) ... mga bagay na higit sa maiisip mo (VOI) (Jer 33:3).

Maaaring pakiramdam mo ay hindi ka kuwalipikadong maglakad ng ganito. Ang Ebanghelyo ay ang masayang mensahe - na ikaw ay hindi kwalipikado - kaya

ginawa ito ni Hesus para sa iyo! Namuhay siya ng perpektong buhay para sa iyo. Ngayon ay tinatanggap natin ang Kaharian bilang isang regalo sa pamamagitan ng pananampalataya. Naniniwala na hindi nakakamit!

Ang biyayang ito ay dumarating sa maliliit na grupo na nakakalat sa buong mundo. Ang mga sentro ng pamahalaan ay muling ipinapanganak ngayon sa mga sala, sa mga IHOP (mga bahay-dalanginan), sa mga simbahang pinamumunuan ng Espiritu, sa opisina, sa lihim na lugar.

Nakita ko sa panaginip ang isang maybahay na personal na tinuturuan ng Langit. Habang naglilinis siya ay tinuturuan siya ng mga lihim ng kaharian. Nagpatuloy ito nang palihim sa loob ng maraming taon hanggang sa siya ay naatasang magturo. Isang araw lumabas siya at nagsimulang magsalita. Walang nakapigil sa kanya. Siya ay isang bagong orakulo.

Sapagka't walang natatago maliban sa mahayag; ni wala naging lihim ngunit ito ay mabubunyag (Mark 4:22).

Lalapit ang mga pamahalaan sa mga taong katulad niya, aanyayahan sila sa mga pagpupulong, tatanggap ng panalangin at ministeryo ng propeta mula sa kanila. Sila ay magiging mahalaga sa paglutas ng mga problema sa panahong ito. Hindi sila mabibili o maililipat ng mga tao, ngunit magagalaw lamang ng Langit, na nakaupo kay Kristo, na nagpapahinga sa natapos na gawain. Sila ay magiging 'Buhay na Salita' na mga ministeryo.

Pinili kong pag-usapan ito sa matibay na paniniwala na isa kang pinili upang malaman ang mga misteryo. Isinilang ka sa panahon na ang Karunungan ay bubuhos na parang ulan. Lalawak ka nang higit sa anumang naisip mo tulad ni Solomon.

Ibinigay ng Diyos (*iyong pangalan) - ang pinakamalalim na pang-unawa at pinakamalaki sa mga puso. Walang lampas sa (*pangalan mo), walang (*pangalan mo) ang hindi makayanan (1 Kings 4:29, MSG).

Magsalita ito. Tingnan mo. Gutom para dito. Pangarapin mo. Tingnan mo. Paniwalaan mo!

Espiya ang iyong mana na may tulad-bata, inosenteng "KAINOS" na pananampalataya.

Kung kayo ay naninirahan sa akin [Manatili nang lubos na kaisa sa Akin] at ang aking mga salita ay nananatili sa inyo at patuloy na nabubuhay sa inyong mga puso, hingin ninyo ang anumang naisin ninyo at ito ay gagawin para sa inyo. (Juan 15:7, AMP).

Ang pagkakaisa ay humahantong sa mga salitang natitira

at nabubuhay sa iyo. Paparating na ang mga bagong

orakulo ...marahil mas maaga kaysa sa inaakala natin!

MAPAGHIMALANG
TRANSPORTASYON

""Ang mga transportasyon sa tingin ko ay tataas ng husto"
- John Paul Jackson[1]

Noong 2014, nagsimula akong masulyapan ang isang misteryo. Ang mga anak ay idinisenyo upang magawa ang mga bagay sa pamamagitan ng Espiritu na ginagawa ng natural na teknolohiya sa Lupa. Ang teknolohiyang iyon ay talagang nagpapakita ng mga hindi nakikitang prinsipyo. Ito ay isang pagpapakita ng kabutihan ng Panginoon.

Sa natural na mundo nakita natin ang isang kamangha-manghang pagbabago sa teknolohiya ng paglalakbay sa mundo. Sinabi sa akin ng Tatay ko na ang paglipad ay itinuturing na isang luho noong bata pa siya. Bihira lang ang mga ordinaryong tao na mangibang bansa. Magbalik-tanaw sa isa pang henerasyon at ang mga kotse ay isang mamahaling bagay kahit na higit pa at ang mga tao ay naglakbay sa isang kabayo at kariton.

Isa sa mga umuunlad na teknolohiyang "KAINOS" ay konektado din sa transportasyon. Ito ay ang higit sa karaniwan na kakayahang mag-teleport mula sa isang lugar patungo sa isa pa. Naipakita sa akin na ang ilang mga radikal na tao ay MABUBUHAY sa Espiritu, at kikilos din sila sa Espiritu:

Sapagkat sa kanya tayo nabubuhay at kumikilos at mayroon tayong pagkatao (Acts 17:28).

Marahil ay nakita ito ni Daniel. Tumingin siya sa hinaharap at sinabi:

Maraming maglalakbay kung saan-saan (Dan 12:4, GW).

Sa katunayan, naniniwala ako na habang hinihigpitan ng mga

bansa ang kanilang mga pambansang hangganan at pumasok tayo sa isang lubos na sinusubaybayang elektronikong mundo, ito ay magiging mahalaga. Ang paglikha ng "KAINOS" ay lumalampas sa mga heograpikong temporal na hangganan.

Ang lupa ay sa Panginoon at lahat ng naririto.

Muli nating tinitigan nang buong pagmamahal ang plano para alalahanin kung sino tayo at kung ano ang ating ginagawa. Taglay ang katawang laman na makakain at mahipo si Jesus ay agad na dinala sa silid:

Si Hesus mismo ay tumayo sa gitna nila at sinabi sa kanila, "Sumainyo ang kapayapaan." Ngunit sila ay natakot at natakot at inakala nilang nakakita sila ng isang Espiritu at sinabi niya sa kanila, "Bakit kayo nababagabag? At bakit may mga pagdududa sa inyong mga puso? Masdan mo ang aking mga kamay at ang aking mga paa na Ako mismo. Hawakan mo Ako at tingnan mo sapagkat ang espiritu ay walang laman at buto gaya ng nakikita mong mayroon Ako." (Lucas 24:36-39).

Ito ay isang epiko na kuwento. Sana nandoon ako. mahal ko ito.

Hindi lang ito ang teleportasyon ni Hesus. Sa isa pang pagkakataon agad na inilipat ni Hesus ang mga alagad at ang bangkang pangisda sa kabila ng lawa. Nangyari ito pagkatapos niyang lumakad sa tubig:

Ngunit sinabi Niya sa kanila, "Ako ito; Huwag kang matakot." Nang magkagayo'y malugod nilang tinanggap Siya sa bangka at pagdaka'y ang bangka ay nasa lupain na kanilang pupuntahan (Juan 6:21).

Gusto ko kung paano ito sinasabi ng Bagong Buhay na Pagsasalin:

Agad silang nakarating sa kanilang destinasyon! (Juan 6:21, NLT).

Isipin na nangyayari sa iyo. Sumakay ka sa iyong sasakyan para magmaneho at naroon ka kaagad! Sinasabi ng GPS na "Narating mo na ang iyong patutunguhan!" Ha! gusto ko yan. Magiging mahusay na naroroon kaagad.

Matapos lisanin ni Hesus ang Mundo ang unang simbahan ay

nagpatuloy na kumilos sa himalang ito ng teleportasyon. Agad na binagtas ni Philip ang 40 milya sa isang kisap-mata:

At kapuwa si Felipe at ang bating ay lumusong sa tubig at siya'y binautismuhan niya. At nang sila'y umahon sa tubig ay inagaw ng Espiritu ng Panginoon si Felipe na anopa't hindi na siya nakita ng bating; at siya'y

nagpatuloy sa kaniyang lakad na nagagalak. Ngunit si Felipe ay natagpuan sa Azotus. At sa pagdaan niya ay nangaral siya sa lahat ng mga bayan hanggang sa dumating siya sa Cesarea (Acts 8:38-40).

Ang kakayahang ito ay normal para sa ilan maging sa Lumang Tipan. Si Elijah ay madalas na ginalaw sa paligid ng Israel ng Espiritu. Kaya't hiniling sa kanya na manatili sandali (tingnan sa I Mga Hari 18:12). Kailangang mangako ni Elijah na hindi siya mawawala. Hindi ba bagay iyon!

Dito lahat tayo pupunta. Ang "KAINOS" na buhay ay upang kumilos sa Espiritu at kapangyarihan ni Elijah!

Isa sa aking mga bayani ay ang yumaong si John Paul Jackson. Pinarangalan niya ako at hinding hindi ko makakalimutan iyon. Si John Paul ay nagkaroon ng maraming kakaibang karanasan. Sa sumusunod na kuwento ibinahagi ni John Paul kung paano dinala ang isang lalaki sa kanyang silid sa hotel mula Mexico patungong Switzerland.

Nasa Geneva Switzerland ako. Naglalakbay ako nang 21 araw at hindi maganda ang pakiramdam ko. Sa katunayan ako ay talagang may sakit... Hindi ito masaya. Umalis ako sa paliparan ng Los Angeles sa pag-aakalang gagaling ako... 21 araw mamaya lumalala ako.

2:30 na ng madaling araw. Nagising ako na nasasaktan ako, ginagawa ang lahat para hindi magdoble sa sakit. Tumingin ako sa orasan at 2:30 na at tumingin ako sa kanan ko at may lalaking nakatayo doon. Mas masakit ako kaysa sa inaakala ko. Nagha-halusinasyon yata ako. Walang tao dito. Malamang halusinasyon yun.

Sabi ko, 'Panginoon, kung ikaw ito, gusto kong mahawakan

niya ako at manalangin para sa akin.. Gusto kong ilagay niya ang kamay niya sa kamay ko. Hindi ko gusto ang mga bagay na Espiritu kung saan ito dumadaan sa akin. Gusto kong maramdaman ang bigat ng kamay niya at gusto kong gumaling.'

Malamang nasa 70s siya o 80s, talagang napapanahon, mukha siyang Espanyol/Mexikano. Sabi niya, 'Naparito ako para ipagdasal ka na sana'y gumaling ka.' Ipinatong niya ang kanyang mga kamay sa akin. Nagdarasal para sa akin. Parang may balumbon na pumasok sa akin. Parang pulot-pukyutan ang pakiramdam nito at habang gumulong ito ay walang kirot. Inikot nito ang aking ulo at pababa sa aking mga paa at agad akong gumaling. Napatingin ako sa kanya at ngumiti siya sa akin at nawala sa harapan ko.

Gumaling na ako! Tuwang-tuwa ako at bumangon ako na nagpupuri sa Panginoon.

Nagpasalamat ako sa Diyos sa pagpapadala ng isa sa kanyang mga anghel... Sabi niya, "Ito ay isang lingkod Ko mula sa Mexico na nakatira sa isang maliit na nayon at nagtatanong sa akin kung may anumang paraan na magagamit ko siya. Kaya kinuha ko siya at ibinalik."

Pagkuwento, natatawang sabi ni John Paul:

Paano mo gustong maging ang lalaking iyon?! Alam kong mangyayari iyon![2]

Gusto ko yan. Sa tingin ko ay handa na kami para sa pakikipagsapalaran. Ito ay nasa ating DNA!

Ang aking matalik na kaibigan na si Matthew Nagy (Glory Company) ay madalas na ihahatid sa isang hagdan sa umaga sa kanyang pag-akyat sa kanyang opisina. Laging nagulat si Matt. Pasimple niyang tinatamasa ang tamis ni Hesus tapos biglang umakyat! Mukhang maganda!

Gusto ko ng mga pintas! Dumating ang aking mga kaibigan na sina John at Ruth Filler upang marinig akong magsalita sa Oregon USA. Tumagal ng tatlong oras bago sila makarating sa pulong. Ang daan pabalik ay tumagal lamang ng kalahating oras sa kabila ng pagmamaneho sa normal na bilis.

Hindi ba ito kamangha-mangha? Tinatawag ko itong kakaibang kahanga-hanga na "mayamang panahon" (tingnan ang Eph 5:16).

Maraming tao ang nagpadala ng mensahe sa amin ng halos kaparehong kwento. Ang pagpapagana ng "KAINOS" na ito upang hubugin ang oras at katotohanan ay dumarami.

Nakapagtataka ang ilan ay umalis pa nga ng gabi at maaga pa ring nakarating sa mga pulong. Nakakabaliw! Ito ay kakaiba! Napakasaya nito!

Minsan ay nasa ilang araw akong bakasyon kasama si Ian Clayton at ilang mga kaibigan sa magandang New Zealand. Kakabisita lang namin sa sikat na sanaw ng bulkan. Nagmamaneho si Ian sa amin sa bansa sa isang kalsadang mahangin. Nasa tuktok kami ng bundok na nakatingin sa lambak. Sa loob ng ilang sandali ay nasa ilalim na kami ng lubaklubak na kalsada. Natawa kami dun! Mas masaya sana ako kung hindi ako natakot sa pagmamaneho ni Ian – isang nakakabaliw (totoong kwento)!

Ipinakikita sa atin ng kasaysayan na handang bigyan ng Diyos ang kanyang mga kaibigan ng tulong sa paglalakbay. Ginagantimpalaan niya ang pagkakaibigan. Isa sa mga naunang ulat ng Simbahan ay ang tungkol kay St. Ammon. Ang Santo ay naglalakbay kasama ang kanyang alagad na si Theodore:

Nang makarating sila sa batis na balak nilang tawirin, nakita nilang tumaas ang tubig at umapaw sa mga pampang. Napagtanto nilang kailangan nilang lumangoy sa kabila sa halip na maglakad. Naghiwalay ang dalawa para maghubad, ngunit si St. Ammon, na masyadong mahiyain na lumangoy nang hubo't hubad, ay sinusubukang magpasiya kung ano ang gagawin nang bigla siyang dinala sa kabilang panig. Si Theodore, pagdating at nakitang tumawid siya nang hindi nabasa ay pinindot ang Santo para sa paliwanag at sa sobrang pagpupumilit ay ipinagtapat ng Santo ang himala.[3]

Sa tingin ko, gustong magkaroon ng himalang iyon na si Bear Grylls sa TV!

Tila ang pagnanais ay isang malakas na puwersa sa pagbalangkas ng mga espirituwal na posibilidad. Ang pag-asa ay nagbubunga ng pananampalataya. Ang pananampalataya ay nagbubunga ng katibayan ng hindi nakikita. Ang pananampalataya ay humuhubog sa katotohanan.

Sa susunod na kwentong ito, gusto ni St. Dominic na magdasal sa simbahan ng buong gabi ngunit nakasara ito para sa gabi.

(St. Dominic) ay naglalakbay isang gabi kasama ang isang monghe ng Cistercian nang lumapit sila sa isang kalapit na simbahan. Ayon sa kaugalian ng Santo, gusto niyang magpalipas ng gabi sa pagdarasal sa harap ng altar, ngunit nabigo siya nang makitang mahigpit na nakasara ang simbahan para sa gabi. Parehong nagpasya na magpalipas ng gabi sa pagdarasal sa hagdan ng simbahan nang biglang, "nang hindi masabi kung paano natagpuan nila ang kanilang mga sarili sa harap ng mataas na altar sa loob ng simbahan at nanatili roon hanggang sa pagsikat ng araw.."[4]

Iyan ang kapangyarihan ng pagnanais. Ito ay kumukuha ng pabor mula sa Ama. Pansinin na mayroon din silang kakayahan na hindi nangangailangan ng tulog, isang karaniwang bunga ng mistiko unyon. May Buhay sa Unyon.

Kamakailan ay nasiyahan akong marinig si Paul Keith Davis na nagbabahagi ng mga kuwento tungkol sa propetang si Bob Jones, isang personal kong bayani. Sana nakilala ko siya sa Mundo.

Sinabi sa amin ni Paul Keith kung kumusta sila sa Moravian Falls sa USA. Doon sila nagdadasal na maibenta ang lupa sa simbahan. Isang madaling araw isang anghel ang nagpagising kay Bob. Sinabihan niya itong magbihis at sumama sa kanya. Inihatid ng anghel si Bob sa tuktok ng burol upang harapin ang isang demonyong humaharang sa pagbebenta. Hinarap ito ni Bob. Ito ay isang ligaw na kuwento.

Nagulat si Paul Keith na gumising ng maaga at nakita si Bob na dahan-dahang naglalakad pabalik sa burol nang mag-isa. Naghihintay si Bob ng operasyon sa tuhod noong panahong iyon at nagulat si Paul Keith nang makita siyang naglalakad pababa ng burol. Sinabi sa kanya ni Bob ang nangyari.

Matapos marinig ang buong kuwento ng anghel, pinilit ni Paul Keith si Bob na gisingin siya kung may anghel na muling gumawa nito. Tumawa si Paul Keith na nagkuwento sa amin, ngunit sa palagay ko ay nalulungkot siya na hindi niya naranasan ang kasiyahan!

Si Pere Lamy ay isa pang matandang lalaki (tulad ni Bob) na dinala upang iligtas ang kanyang mahihirap na tuhod. Siya ay isang Katolikong kura paroko na gumawa ng maraming kababalaghan. Lumakad siya malapit sa mga anghel at madalas na tinutulungan nila:

Ako ay itinaguyod ng mga banal na anghel nang maraming beses kapag ako ay pagod na pagod at dinala mula sa isang lugar patungo sa isa pa nang walang nalalaman tungkol dito. Sinasabi ko noon, "Diyos ko, pagod na ako." Ako ay nasa aking parokya sa malayo, madalas sa gabi at natagpuan ko ang aking sarili sa Lugar ng St. Lucian nang sabay-sabay. Paano nangyari hindi ko alam.[5]

Gusto ko yan. Ang langit ay nagmamalasakit!

Si Ian Clayton ay isang nangunguna sa espirituwal na teknolohiyang ito. Si Ian ay may mga karanasan sa teleportasyon sa isang regular na batayan na lumilitaw sa isang selda ng bilangguan upang pagalingin ang isang Kristiyano, nagdadala sa China upang magturo tungkol sa Kaharian ng Kaharian, nagligtas sa isang pamilya sa Gitnang Silangan mula sa pag-atake ng bomba. Kakaiba, ilang beses na siyang nasugatan at may mga galos na nagpapakita nito.[6]

Sa parehong paraan natutunan natin kung paano "pasiglahin ang kaloob sa loob natin" tulad ng propesiya at pagsasalita ng mga wika, malalaman din natin kung paano "pupukawin" pag-telepor, nasa dalawang-lokasyon, pagbabago ng mga sukat at paggawa ng mga kababalaghan. Ito ay natural na pag-papatuloy ng paglaki hanggang sa kapanahunan bilang isang Espiritung-Katauhan

Tulad ng natural na teknolohiya, kung ano ang dating kaakit-akit sa nakaraan ay magiging karaniwan at normal sa paglipas ng panahon. Ang teknolohiya ay umuusbong. Maghanda para sa kaukulang espirituwal na pagsulong!

Maniwala para sa mga mahimalang transportasyon!

PAGBABAGONG–ANYO

Habang sila ay nanonood, siya (Hesus) ay nagsimulang magbago ng anyo (Mat 17:2, CJB).

Kamakailan humiling ako para sa isang bagong pasaporte. Mayroon akong mga bagong sunod sa panahon na larawan na kinuha para dito. Hindi ako makapaniwala kung gaano nagbago ang mukha ko sa loob ng sampung taon. Ito ay kakaiba.

Habang tumatanda ka napagtanto mo na ang panlabas na katawan ay hindi talaga kung sino ka talaga. Ang katawan ay isang kamangha-manghang regalo at ito ay nagsisilbi ng isang malakas na layunin sa Mundo. Ito ay nagpapahintulot sa amin na gumana sa nakikitang mundo, ngunit hindi nito matukoy ang pinakamalalim na bahagi sa atin.

Sa kabanatang ito, nais kong pag-usapan ang isang kakaibang paksa na may kaugnayan sa katawan. Isinaalang-alang ko na huwag ilagay ito sa libro dahil medyo kakaiba ito. Ngunit naramdaman ko sa harap ng Panginoon, ito ay tama at umaasa ako na ginawa ko ang tamang tawag. Marahil ay makakatulong ito sa isang taong nagbabasa ng aklat na ito na maunawaan ang ilan sa kanilang mga karanasan. Ang Diyos ay nagmamalasakit sa isa. Ito ay maaaring para sa iyo.

Gusto kong pag-usapan ang tungkol sa higit pa sa karaniwan na pagbabago ng hitsura. Tinatawag ito ng mga iskolar ng Bibliya na "Pagbabagong-anyo" o "Pagbabagong-anyo" na ang ibig sabihin ay:

Isang kumpletong pagbabago ng pisikal na anyo o hitsura (dictionary.com).

Tila sa buhay ng mga "KAINOS", ang pisikal na pagbabago ay posible. Alam ng karamihan ang kwento ng pagbabagong-anyo sa bundok. Ito ay isang kamangha-manghang sandali ng pagpapakita ni Hesus sa kanyang mga pinakamalapit na kaibigan kung sino talaga siya sa kanyang Banal na Kalikasan. Bigla siyang nagpalit ng anyo.

Ang kanyang hitsura ay kapansin-pansing nagbago sa kanilang presensya (Mat 17:2, AMP).

Ang liwanag ng araw ay bumuhos mula sa kanyang mukha at ang kanyang damit ay naging maliwanag na puti na parang liwanag. Sa sandaling iyon naniniwala ako na nasulyapan nila ang kinabukasan ng ating mga espesye.

Hindi lamang ito ang pagkakataong binago ni Hesus ang kanyang pisikal na anyo. Ito ay isang bagay na bihirang talakayin sa buhay Simbahan, ngunit malinaw na ito ay sapat na mahalaga upang mabanggit sa mga banal na kasulatan. Isipin na lang ang mga sumusunod na kakaibang talata sa mga Ebanghelyo:

Hindi nila nakilala kung sino siya (Lucas 24:16).

Inakala niya na siya ang lalaking namamahala sa hardin (Juan 20:15). Hindi alam ng mga alagad na si Hesus iyon (Juan 21:4).

Walang sinuman sa mga alagad ang nangahas na magtanong, "Sino Ka?" (Juan 21:12).

Ito ay isang misteryo para sa akin kung bakit nagbago ang hitsura ni Hesus sa mga Ebanghelyo. Sa palagay ko sa bawat oras na ito ay nagpapakita ng ibang katangian ng kanyang Banal na Kalikasan.

Marahil ay tinuruan nito ang kanyang mga kaibigan na makita siya sa pamamagitan ng Espiritu hindi sa laman. Ang makilala siya sa pamamagitan ng cardio-gnosis na siyang paraan ng pagtatrabaho ng Langit.

Nakatala sa kasaysayan ng maraming beses na nagpakita si Hesus na nagbabalatkayo sa mga banal. Minsang ibinahagi ng sikat na kumbentong tagapanguna na si St. Martin ng Mga paglilibot 1 ang kanyang huling balabal sa isang pulubi na walang tirahan sa lamig. Kalaunan ay nakita ni Martin ang isang pangitain ni Hesus na nakasuot ng balabal sa Langit na nagsasaya kasama ang mga santo at mga anghel. Si Hesus ay nagpakita sa kanya sa ibang anyo, ang anyo ng isang hamak na pulubi. Kahanga-hanga!

Ang isa sa aking mga kaibigan, si Lorna, mula sa Scotland, ay nagkaroon ng katulad na karangalan. Nakilala niya si Hesus sa Kapehan sa kanyang ika-50 kaarawan. Si Hesus ay mukhang isang ordinaryong tao. Sinimulan niya ang pakikipag-usap kay Lorna at sabay silang kumain ng isda. Nag-usap sila nang ilang oras at ang Kanyang mga salita ay nakakabighani.

Pagkatapos lang ng tanghalian ay napagtanto ni Lorna na si Jesus pala talaga. Nakatago ito sa kanya noon. Isang maligayang regalo sa kaarawan! May kahanga-hangang pagkamapagpatawa ang Diyos! Hindi mo ba gustong makita si Hesus? Sa tingin ko kaya mo (Juan 17:24).

Sa ibang pagkakataon sa Banal na Kasulatan, mababasa natin ang higit pang kamangha-mangha at misteryosong anyo ng pagbabagong nangyayari kay

Hesus. Dito ay nakita siya ni Juan na may puting buhok at mga mata ng apoy:

At paglingon ko ay nakita ko... Isang tulad ng Anak ng Tao, na nakadamit hanggang sa paa at nabibigkisan ang dibdib ng gintong panali. Ang Kanyang ulo at buhok ay puti na parang balahibo ng tupa, kasing puti ng niyebe at ang Kanyang mga mata ay parang ningas ng apoy (Rev 1:12-14).

Na parang hindi sapat na baliw para sa isang karanasan, nakita ng minamahal na si Juan si Hesus tulad ng isang kordero na may pitong mata at pitong sungay. Talagang kakaiba at nakakatakot.

At tumingin ako at narito sa gitna ng luklukan at ng apat na nilalang na buhay at sa gitna ng matatanda ay nakatayo ang isang Cordero na parang pinatay na may pitong sungay at pitong mata na siyang pitong Espiritu. ng Diyos na ipinadala sa buong lupa (Rev 5:6).

Habang nakikita natin siya, nagiging katulad niya tayo. Posible bang makipag-ugnayan nang malalim sa Panginoon na sa madaling sabi ay nakikita mo ang kanyang hitsura? Mahirap isipin ngunit ganap na posible ayon sa Bibliya:

Ngayon tayong lahat na walang lambong ang ating mga mukha ay pinapakita ang kaluwalhatian ng Panginoon na parang mga salamin; at sa gayon tayo ay binabago, binago, tungo sa Kanyang kaparehong larawan mula sa isang ningning ng kaluwalhatian patungo sa iba, tulad ng ginagawa ito ng Espiritu ng Panginoon (2 Cor 3:18, VOI).

Marahil ito ang nangyari kay Moises matapos makita ang Panginoon nang harapan. Nabasa namin sa ilang mas lumang mga pagsasalin na ang kanyang mukha ay hindi lamang kumikinang, ngunit mayroon din siyang tulad ng mga sungay.

At nang si Moises ay bumaba mula sa bundok ng Sinai, hinawakan niya ang dalawang tapyas ng patotoo at hindi niya nalalaman na ang kaniyang mukha ay may sungay sa pakikipag-usap ng Panginoon (Ex 34:29, DRB).

Ito ay mula sa salitang "qaran" na nangangahulugang "magpadala ng mga sinag o magpakita o magpatubo ng mga sungay, maging sungay". Ang ilang mga lumang painting ay nagpapakita pa nga kay Moses na may mga hindi pangkaraniwang sungay na ito.

Hindi ako dogmatiko tungkol sa alinman sa mga ito. Ito ay talagang kawili-wili at nagpapaisip sa iyo tungkol sa kung ano ang posible. Ang Bibliya ay mas kakaiba kaysa sa iniisip natin. Natawa si Bill Johnson nang sabihin ng mga pastor na "Gusto ko lang kung ano ang nasa Bibliya." Para siyang "Sigurado ka!?" medyo baliw ang Bibliya!

Kung titingnan ang buhay ng mga santo, may daan-daang mga kwentong pagbabagong-anyo na madalas na kinasasangkutan ng kanilang mga mukha na nagniningning o mukhang mala-anghel. Sa susunod na kuwentong ito, ang Katolikong santo na si Bernardino Realino ay nagbagong-anyo sa lubos na kaligayahan:

Isang pambihirang ningning ang nagpabago sa kanyang mukha. Ang ilan ay nagpahayag na sila ay nakakita ng mga kislap na nagmumula sa kanyang buong katawan na parang mga kislap

ng apoy habang ang iba ay nagpahayag na ang ningning na nagmumula sa kanyang mukha ay sumilaw sa kanila sa higit sa isang pagkakataon kaya't hindi na nila makilala ang kanyang mga katangian at kailangan nilang tumalikod. Ang kanilang titig sa takot na pilitin ang kanilang mga mata.[2]

Paminsan-minsan ay nakakahanap ka ng isang pagbabagong-anyo na kuwento na umaabot sa mas malayo pa ang kahon. Isa ito sa mga paborito ko. Nagmula ito sa buhay ni Patrick sa Ireland. Nakakasigla!

Sinabi na si Saint Patrick at ang kanyang mga tauhan ay naglalakbay sa korte ng hari nang matuklasan niya na ang mga Saserdote (Celtic na pari) ay naghanda ng isang tambang para sa kanya. Habang naglalakad sila, ang santo at ang kanya ang mga tagasunod ay umawit ng sagradong Lorica, o Sigaw ng Usa na kalaunan ay nakilala bilang ang St. Patrick's kabanalan ng pagdadasal na inaangkin, muli na may ilang kawalan ng katiyakan na nilikha ng santo. Ayon sa alamat, hindi nakita ng mga Saserdote ang santo at ang kanyang mga tagasunod na dumaan ngunit nakita lamang ng isang magiliw na libay na sumusunod.[3]

May nakita talaga akong tao na nagbago ng anyo. Hindi kapansin-pansing gaya ni Patrick ngunit minsan ay nakita kong nagbago ang isang batang propeta sa harapan ko. Nakita ko ang pagbabago ng mukha niya. Kamukha ito ng pisikal na mukha ni Hesus. Humaba ang buhok niya, nagbago ang hugis ng ilong at mata, naging maiksi ang balbas. Ito ay kahanga-hanga!

Bago ko pa lubusang maunawaan ang nangyayari ang orihinal niyang mukha ay bumalik sa pwesto. Ang anyo ni Hesus ay nawala kaagad. Laking gulat ko na hindi ko sinabi sa sinuman sa oras na iyon, kahit ang batang propetang ito. Namangha ito sa akin.

Tunay na isang kababalaghan!

Simula noon ay ilang beses na akong nakatagpo ng mga katulad na kababalaghan. Nangyari na rin sa akin. Minsan habang naglilingkod sa Wales, nagbago ang mukha ko sa sesyon ng pagtuturo na ikinamangha ng ilang bisita. Sabi nila mukha daw akong ibang tao. Nakita ito ng aking ina at sabi na hindi daw ako. Nahirapan siyang ilarawan ngunit alam niyang iyon ang Panginoon. Hindi ko namalayan na nangyayari ito. Ako ay lubos na nahuhulog sa Diyos.

Marahil ito rin ang nangyari kay Stephen sa aklat ng mga gawa:

Lahat ng nakaupo sa Sanhedrin ay tumitig kay Esteban at nakita na ang mukha nito ay parang mukha ng isang anghel (Acts 6:15, CJB).

Kahit papaano ay nag-iba ang mukha ni Stephen. Ang ilang mga pagsasalin ay nagsasabi na sila ay "tinitigan nang mabuti" (AMPC) sa kanya na nabighani sa kanyang hitsura. Ito ay isang hindi pangkaraniwang kasulatan.

Tulad ng lahat ng mabubuting bagay, mayroong pekeng mula kay satanas. Mahilig siyang magnakaw at pilipitin at abusuhin ang espirituwal na mundo para sa kanyang makasariling layunin.

Ang aking matalik na kaibigan sa ministeryo, si Grant Mahoney, ay unang nasaksihan ang pagbabago ng hugis ng isang mangkukulam. Ang kwentong ito ay naitala sa isa sa aming mga pahayagan na tinatawag na "pagiging anak" (magagamit nang libre online):

Nasa paglalakbay sa misyon kami at nakarinig kami ng tawanan sa labas ng tolda. Binuksan ko ang tolda at may nakita akong hayina sa labas. Muntik ko nang mabasa ang pantalon ko! Lima o apat kami sa tolda at nakita naming lahat ang hayina. Sinaway namin ito at habang pinagalitan namin itong lahat ay nakita naming nagpalit ito ng mangkukulam at tumakas. Ang bagay na ito ay totoo![4]

Maaari silang makagawa ng ilang espirituwal na kababalaghan tulad ng mga mangkukulam ng Ehipto (tingnan sa Exodo 7:8–11), ngunit darating ang panahon na ang mga anak ay hihigit sa kanilang mga kakayahan sa lahat ng aspeto. Mapipilitan silang umamin:

Ito ang [higit pa sa karaniwan] na daliri ng Diyos (Ex 8:19, AMP).

Ang Nangunguna Grant Mahoney ay isa sa nagsisimula nang gawin ito.

Bago mo basahin ang susunod na kuwentong ito, nais kong

malaman mo, si Grant ay isang taong may integridad na lumalakad nang malapit sa Ama. Siya ay tungkol kay Hesus. Siya ang taong pinagkakatiwalaan ko. Naniniwala ako sa dahilan niya.

May mga bagay tayong gagawin na makakapagpabalisa sa isip ng mga tao... Sa sarili kong buhay ay anim na beses na itong nangyari sa akin. Para sa parehong dahilan - kung saan ang mga kababaihan ay malapit nang halayin. Ako ay naroon (sa Espiritu) at ako ay nag-transform sa isang oso, at nakipag-usap sa mga mapagsamantala.

At nangyari ito nang dalawang beses nang nasa sitwasyon ako kung saan nanganganib ang aking buhay. Nag-ibang anyo ulit ako bilang oso at umalis na ang banta. Mayroon ba akong parilya para dito? Hindi. Nangyari lang.

Wala akong paliwanag para dito.

Kahanga-hanga! Iyan ang hustisya. Nagliligtas. Nagtitipid. Naghahatid. Para akong sa langit!

Hindi lang si Grant ang may mga karanasan sa pagbabago ng hugis. Nakilala ko ang iba na may katulad na mga pagpapakita sa aking mga paglalakbay. Hiniling nilang manatiling nakatago, mas pinipiling hindi kilala, ang kanilang mga kuwento ay nananatiling lihim. Iginagalang ko iyon.

Napagtanto ko kung gaano kahaba ang lahat ng ito. Ang Bibliya mismo ay nagpapatotoo na may mga bagong bagay na darating na "hindi nakita ng mata, ni narinig ng tainga" (1 Cor 2:9). Dapat tayong ayusin sa kalapati habang siya ay lumalayo sa pamilyar na mga landas patungo sa bagong teritoryo. Tandaan, "sa Diyos ang LAHAT ng BAGAY ay posible" (Mat 19:26).

Sa mga karanasang propeta, ipinakita sa akin ang ilan sa mga pagbabago sa hinaharap. Nakita ko na ang ilang mga misyonero ay idadala sa teleport sa mga bansang Muslim sa isang iglap, na lumilitaw sa mga pulutong bilang parehong etnisidad at nagsasalita ng lokal na wika. Muli ay magkakaroon ng nakakumbinsi na mga patunay ng muling pagkabuhay na magdadala ng maraming anak sa kaluwalhatian.

Sa isang kawalan ng ulirat, ipinakita sa akin ng Panginoon ang isang maringal na Liwanag na Nilalang. Hugis tulad ng isang tao, ito ay kumikinang na may kulay na enerhiya. Ito ay tila buhay na kislap ng amber, na may kagandahan ng musika. Mga ribbon ng liwanag at kulay. Alam ko nang makita ko ito, na wala nang iba pang katulad nito. Ito ay kakaiba.

Napanganga ako habang tinitignan ito. Natulala.

Sinabi ng Panginoon "Alam mo ba kung ano ito?" Hindi ko. Sinabi niya "Ito ang kagandahan ng espiritu ng tao." Huminto siya para payagan akong matunaw ito.

Pagkatapos ay sinabi niya ang mabigat na linyang ito, "Ang espiritu ng tao ay may walang limitasyong kapasidad na lumago."

Ang mga implikasyon ay tumagos sa aking puso. Nakita ko sa pamamagitan ng paghahayag na patuloy tayong lalago at lalago, kahit na higit pa sa mga anghel at mga nilikhang bagay. Na tayo ang koronang hiyas ng kosmos. Kanyang Nobya. Parang wala ng iba.

Hiniling ko sa Panginoon na bigyan ako ng isang banal na kasulatan para suportahan ito. Kahit na ito ay napakalakas gusto ko ring makita ito sa salita. Nalaman kong masaya si Papa na bigyan ako ng mga banal na kasulatan. Sabi niya "Madali lang iyan; 1 Juan 3:2!" na (humalaw) nagbabasa:

Ngunit ngayon tayo ay mga anak ng Diyos... ngunit kung ano tayo - hindi natin alam!

Wow! Ngayon kami ay mga anak, ngunit kung ano ang magiging kami, hindi pa namin alam. Pag-isipan mo yan. Walang sinuman sa atin ang nakakaalam kung ano ang tunay na naghihintay sa atin. Ang ating kinabukasan ay maluwalhati. gusto ko yan!

Basahin itong muli sa Mensahe:

Ngunit mga kaibigan, ganyan talaga tayo: mga anak ng Diyos. At iyon pa lamang ang simula. Sino ang nakakaalam kung paano tayo matatapos! Ang alam natin ay kapag si Kristo ay hayagang nahayag, makikita natin siya - at sa pagkakita sa kanya, magiging katulad niya. Tayong lahat na umaasa sa kanyang pagdating ay manatiling handa, taglay ang kumikinang

na kadalisayan ng buhay ni Hesus bilang isang modelo para sa ating sarili.

Ang alam lang natin ay ang ating kasalukuyang katawan ay isang buto lamang. Ang puno ay magiging mas malaki.

Mayroon ding mga makalangit na katawan at panglupa na katawan; ngunit ang kaluwalhatian ng makalangit ay isa, at ang kaluwalhatian ng makalupa ay iba. May isang kaluwalhatian ang araw, isang kaluwalhatian ng buwan, at isa pang kaluwalhatian ng mga bituin; sapagkat ang isang bituin ay naiiba sa isa pang bituin sa kaluwalhatian...

Ang unang tao ay mula sa mundo, na gawa sa alabok; ang pangalawang Tao ay ang Panginoon mula sa langit. Kung paano ang tao sa alabok, gayon

din yaong mga gawa sa alabok; at kung paano ang makalangit na Tao, gayon din ang mga makalangit. At kung paanong taglay natin ang larawan ng taong mula sa alabok, dadalhin din natin ang larawan ng makalangit na Tao (1 Cor 15:40-49).

Ito ay sobra para hawakan! Hindi nakakagulat na nalalasing tayo sa saya! Ang Ebanghelyo ay palaki nang palaki habang iniinom mo ito!

Tayo ay ganap na nakilala sa bagong nilikha na nabago sa kaalaman ayon sa dibuho ng TOTOONG LARAWAN ng ating Lumikha (Col 3:10 , MIR).

Hindi na tayo kayang tukuyin ng ating mga katawan.

MGA PAGBABAGONG DIMENSYONAL

"Nais ng Diyos na maunawaan natin at maniwala na tayo ay higit pa tunay na nasa langit kaysa sa lupa." (Julian of Norwich)[1]

Sa disenyo ng Diyos, bawat limitasyon ng tao na naisip natin ay malalagpasan sa pamamagitan ng mga bagong espirituwal na mga nanguna. Tulad ng industriyal na rebolusyon dati, tayo ay nasa isang espirituwal na rebolusyong teknolohiya na sa huli ay magdadala sa Mundo tungo sa maluwalhating panahon ng kapayapaan at pag-unlad.

Isa sa mga limitasyon na dapat masira ay ang ating mga pisikal na katawan na bihag sa nakikitang dimensyonal na eroplano. Hanggang ngayon ay normal para sa ating mga katawan na manatili dito habang ang ating mga espiritu ay lumipat sa Langit o sa buong Mundo. Ito ay magbabago.

Sa simula pa lang ay ginawa tayong multi-dimensyonal. Tulad ng 'Hagdanan ni Jacob' tayo ay Mga Pintuan at Mga Pintuan (pangmaramihang) sa maraming mga eroplano ng dimensyonal na pag-iral:

Makapangyarihang mga pintuan: itaas ang inyong mga ulo! Mga sinaunang pintuan: bumangon ka! (Mga Awit 24:7 , CEB).

Si Enoch ay isang pangunahing huwaran sa ngayon. Siya ang ikapito mula kay Adan. Pito ang bilang ng wakas, ang katuparan, pahinga, ang Banal. Inalagaan ni Enoc ang kanyang katawan sa Espiritu. Siya ay dinala sa Langit sa mahabang panahon. Maya-maya ay nawawala mula sa nakikita. Siya ay dumaan sa maraming dimensyon sa pamamagitan ng pananampalataya.

SA PANANAMPALATAYA si Enoc ay inalis (NKJV) ...nahuli (AMP) ... isinalin (DAR) ... inalis (DLNT) ... isinalin (KJV) (Heb 11:5).

Sa kalaunan, nilaktawan ni Enoch ang kamatayan at ngayon ay nabubuhay bilang isang "Walang-hanggang Isa". Sinaunang ngunit kasing sariwa ng kabataan. Nagbago sa katawan, kaluluwa at espiritu.

Transendente.

Ipinakita niya sa atin ang ilan sa kung ano ang ibig sabihin ng mabuhay na "Higit pa sa Tao" - walang kamatayan, bata pa, transdimensyonal at puno ng Espiritu. Ipinakita ni Enoch na posibleng malampasan ang kamatayan.

Hanggang ngayon, ang Simbahan ay kadalasang napapaloob at nakakulong sa mababang sukat na ito. Bihag sa nakikita. Ang aming mga katawan ay nanatiling limitado. Ito ay magbabago!

Tuklasin natin ito. Hanggang saan ang kaya natin?

Sa muling pagtingin sa isang perpektong plano, si Jesu-Kristo, nakikita natin ang ilang talagang kawili-wiling mga bagay. Inilipat ni Hesus ang mga sukat kapwa sa espiritu at sa katawan. Nagawa niyang ilabas ang kanyang katawan mula sa nakikitang mundo patungo sa hindi nakikita kung kinakailangan.

Sa sumusunod na kuwento mula sa Ebanghelyo ni Juan, mababasa natin ang tungkol sa isang galit na relihiyosong pulutong na gustong pumatay kay Hesus. Galit na galit ang mga tao kaya pumulot sila ng mga bato para patayin si Hesus sa loob ng templo. Walang mapagtataguan! Walang tatakbo! Si Hesus ay nakulong. Napapaligiran! Paano siya nakalabas dito?

Dumampot sila ng mga bato upang ihagis sa Kanya; ngunit si Hesus ay NAGTAGO (Juan 8:59).

Dumampot sila ng mga bato para ibato sa kanya, ngunit NAGWALA si Hesus (PHI).

Nakatakas siya sa galit na mga mandurumog sa pamamagitan ng paglalaho. Inilipat niya ang mga sukat. Tulad ng mga anghel ay nasa Mundo pa rin siya ngunit wala sa parehong mundo! Panigurado nangyari ito nang napakabilis na hindi maproseso ng mga tao sa kanilang isipan. Natigilan sila!

Hindi lamang nawala si Hesus, ngunit sa hindi pangkaraniwang kalagayang ito ay nagawa niyang dumaan mismo sa mga solidong bagay, kakaiba kahit mismo sa mga tao.

Dumadaan sa gitna nila, at dumaan (YLT).

Ito ang hindi mapigilang puwersa ng pamumuhay mula sa 'Mga Aklat ng Langit' (tingnan ang Mga Awit 139:16). Hindi pa Niya oras para mamatay. Hindi siya maaaring tumigil hanggang sa krus. Namuhay siya sa tagpo sa Langit. Isang mas mataas na katotohanan kaysa sa nakikitang liwanag.

Hindi lang ito ang pagkakataong ginawa ito ni Hesus. Ginawa ni Hesus ang relihiyosong pulutong ng napakabaliw sa kanyang pagtuturo! Hindi niya sinabi ang gusto nilang marinig at hinamon sila hanggang sa kaibuturan. Ginawa niya silang baliw ('puno ng galit'). Minsan ay sinunggaban nila siya at itinapon palabas ng lungsod. Tingnan ang susunod na nangyari:

Sila'y nagsitindig at itinaboy Siya sa labas ng bayan; at dinala nila Siya sa gilid ng burol kung saan itinayo ang kanilang lungsod upang maihulog nila Siya sa bangin. (Lucas 4:28-30).

Hindi ka maaaring malumanay na lumakad sa isang pulutong ng mga uhaw sa dugo na mga relihiyonista. Natuwa sila at handang pumatay. Ito ay dapat na isang napaka-dramatikong sandali. Akala ba ng kanyang mga alagad ay tapos na ang lahat para kay Hesus? Ito na ba ang katapusan?

Isipin ang kanilang pagkagulat nang muling maglipat ng sukat si Hesus! Siya ba ay hindi nakikita o bahagyang hindi nakikita? Mukha ba siyang multo? Ang alam lang namin ay dinaanan niya sila.

Nang magkagayo'y dumaan sa gitna nila, Siya'y yumaon (Lucas 4:30).

Nakakatuwang pakinggan… pagdaan sa kanila. Malamang na natakot si Hesus sa buhay nila!

(Bakit hindi nila ito ipakita sa mga pelikulang Hollywood Hesus?)

Sa isa pang pagkakataon, si Hesus ay hindi lamang nagpalipat-lipat ng mga kaharian, siya ay yugto kaya siya ay nagmukhang kalangitan na parang multo at nagging kontra pansukat ng grabidad! Kahit na ang grabidad ay naging isang mas mababang katotohanan.

Nang makita ng mga alagad si Jesus na lumalakad sa ibabaw ng tubig, inakala nila na siya ay isang multo, at nagsimula silang sumigaw. Nakita siya ng lahat at natakot sila. Pero sabay sabi niya, "Huwag mag alala! Ako si Hesus. huwag kang matakot." (Mark 6:49, CEV).

Mukha siyang multo - nanganganinag, hindi talaga dito, transdimensyonal!

Habang palalim ng palalim ang pag-inom natin sa pagkakaisa na mayroon tayo sa Banalna Kakanyahan, magaganda-kamangha-manghang mga bagay ang mangyayari sa katawan. Ang dalas ng ating mga katawan ay magbabago at malalaman natin na hindi tayo "talagang taga-rito", tayo ay "hindi taga-sanlibutang ito."

Tinatawag ko itong "Nakatago dito at nahayag doon".

Tulad ng sinabi ng English mistiko na si Julian ng Norwich "Mas nasa Langit tayo kaysa sa Lupa."[1]

Ang pagkawala ay ang paglipat ng ating katawan sa ibang dimensyonal na mundo. Ito ay kung saan naglalakad ang mga anghel. Kung saan makikita ang 'Ulap ng mga Saksi'. Nakapalibot ito sa amin. Binalot nito ang lahat.

Maaaring ikagulat mo ito ngunit ang ilang mga santo ay ALAM kung paano ang BAHAGI NG PAGLILIPAT tulad nito sa kalooban. Naunawaan nila ang espirituwal na teknolohiya sa likod nito. Ang isang santo na nawala ay si Francis of Paola. Siya ay kilala sa buong buhay niya bilang isang dakilang manggagawa ng himala. Sa kuwentong ito, natagpuan ni Francis ang kanyang sarili na dinumog ng sabik na mga tagasunod matapos bisitahin ang gobernador. Naipit siya sa nagkukumpulang tao.

Nang siya ay aalis na, ang mga tao ay dumagsa sa palibot

ng palasyo ng mga gobernador upang makita at makalapit sa kanya. Ang kanilang labis na sigasig para sa Santo ay ipinahayag sa pamamagitan ng pagtanggal ng mga piraso ng kanyang damit - na nakakagulat na pinahintulutan ng Santo.

Babaguhin ng Diyos ang kanyang damit nang kasing bilis ng pagkapunit nito. Namangha ang mga manonood nang makitang matapos na mapunit ng maraming tao ang kanyang talukbong at tunika, sila ay mahimalang buo pa rin.

Paghahanap ito imposible upang gumawa ng kanyang paraan sa pamamagitan ng karamihan ng tao na noon ay

malapit na nakaimpake sa liwasan, at medyo napahiya sa pagpupuri, ang Santo ay biglang nawala sa harap ng mga mata ng mga tao na labis ang kanilang kalituhan. Isang sandali nandoon siya sa susunod na sandali ay wala na siya. Laking pagkamangha ng kanyang mga kasamahan ay natagpuan siyang naghihintay sa kanila sa labas ng mga pader, na handang simulan ang kanilang paglalakbay.[2]

Gustung-gusto ko ang pagpapakumbaba ng mga banal, hindi sila naghahanap ng katanyagan ngunit nabubuhay para sa kaluwalhatian ng Diyos.

Si Saint Gerard Majella ay isa pang mahal na santo ng Katoliko. Namuhay siya ng "KAINOS" at nagpakita ng dakilang kapangyarihan. Narito ang isa pang kuwento mula sa nakasisiglang aklat ni Joan C. Cruz na *Mysteries Marvels and Miracles in the lives of the Saints*, isang aklat na lubos kong inirerekomenda.

Isang araw sa monasteryo sa Caposele ang Santo ay tumanggap ng pahintulot na gumawa ng isang araw na pag-urong ng panalangin at paggunita sa kanyang silid.

Maya-maya pa ay kinailangan siya ng Ama Rector at nagpadala ng isang tao para sunduin siya. Hindi matagpuan ang Santo, bagaman hinanap siya ng lahat sa bahay. Si Dr. Santorelli, ang manggagamot ng monasteryo minsan ay bumulalas, "Nawala sa amin si Kapatid Gerard!"

Isinama ni Dr. Santorelli ang isa sa mga kapatid para sa isa pang paghahanap at pumunta sa silid ng Santo na may sukat na sampung talampakan kuwadrado.

Ang silid ay naglalaman lamang ng isang mahinang kama at isang maliit na mesa na walang anumang kasangkapan na pumipigil sa kanya na makita. Wala siyang mahanap.

Sa wakas, napagtanto ng isa sa mga relihiyoso na tiyak na darating ang Santo sa oras ng Banal na komunyon, kaya naghintay sila.[3]

Ha! Gusto ko yan. Ang komunyon ay santo pain! Garantisadong ilalabas sila sa pinagtataguan!

Patuloy ang kwento:

Eksaktong tulad ng hinulaang nakita ang Santo sa partikular na sandaling iyon. Nang tanungin kung nasaan siya, ang Santo ay sumagot, "Sa aking silid." Nang

sabihin ng relihiyoso sa Santo ang tungkol sa iba't ibang lugar na hinanap nila sa kanya, hindi siya sumagot. Pagkatapos, sa ilalim ng pagsunod na sabihin kung ano ang nangyari, ipinaliwanag ng Santo "Sa takot na magambala sa aking pag-atras, hiniling ko kay Hesukristo ang biyaya upang maging hindi nakikita."

Si Dr. Santorelli ay interesado pa rin at patuloy na pinipindot ang St Gerard para sa mga sagot.

Hinawakan sa braso ang doktor, iginiya siya ng Santo sa kanyang selda at itinuro ang maliit na bangkito kung saan siya nakaupo sa buong oras na hinahanap nila siya. Pagkatapos ay bumulong ang Santo sa doktor, "...kung minsan ay napakaliit ko sa aking sarili."

Ang himalang ito ay naging napakakilala sa lokal, ang maliliit na bata ay magsasabi ng "Laruin natin si Kuya Gerard" at pumunta at maglaro ng tagu-taguan. Maaari mo bang isipin ito muli ngayon? Kaya ko. Kumbinsido ako na darating ito. Magugulat na naman tayo.

Sa katunayan, sa ilang mga lugar ang mga kababalaghang ito ay nagsimula na. Siguro nabasa mo na ang tungkol sa ating kapatid mula sa China? Sa kanyang aklat na *The Heavenly Man*, nagbahagi si Yun ng isang ganap na kamangha-manghang kuwento tungkol sa kung paano siya nakatakas sa bilangguan:

Kahit papaano ay tila binulag ng Panginoon ang bantay. Nakatitig siya ng diretso sa akin, ngunit hindi kinikilala ng kanyang mga mata ang presensya ko. Inaasahan kong may sasabihin siya, pero tumingin lang siya sa akin na para bang hindi ako nakikita. Hindi siya umimik. Nilampasan ko siya at hindi na lumingon. Alam kong anumang oras ay pwede akong barilin sa likod... Nagpatuloy ako sa paglalakad pababa ng hagdan, ngunit walang pumigil sa akin at walang umimik sa akin sa mga bantay![4]

Kamangha-mangha sa liwanag ng araw ay nilampasan niya ang ilang guwardiya sa sa harap ng labasan. Wala pang nakatakas sa mataas na seguridad na bilangguan noon. Isa itong himala!

Ang dimensyonal na paglilipat na ito ay hindi limitado sa inuusig na simbahang Tsino. Nangyayari rin ito sa kanlurang mundo. Sa kanyang aklat na *Supernatural Transportation*, ibinahagi ni Michael Van Vlymen ang isang hindi kapani-paniwalang sandali, kung saan dumaan siya sa maraming tao. Nagsusulat si Michael:

Isang gabi hinahanap ko ang Panginoon nang bigla kong nakita ang sarili ko sa isang lugar ng panlabas na konsyerto hindi kalayuan sa bahay namin. Maraming kabataan doon sa konsyerto na ito na halatang lasing o nabato o pareho. Nakita ko ang pulutong ng mga tao naglalakad papunta sa aking direksyon at naramdaman kong dapat akong lumakad papunta sa ibang direksyon at iyon ang ginawa ko. Noong una ay sinusubukan kong gumalaw at lumiko sa gilid upang umigit sa aking daan sa karamihan ng tao, ngunit napagtanto ko na sa katunayan ay naglalakad ako sa mga tao. Habang napagtanto ko ito, hindi ko man lang sinubukang iwasan sila.

Dire-diretso lang akong naglakad sa kanila. Masasabi ko na maraming tao ang halatang nagagalit sa nararanasang ito at huhulaan ko na malamang na iniisip nila na ito ay dahil sa alak o droga..[5]

Bakit papasimulan ng Diyos ang gayong kakaibang kilos? Naniniwala si Michael na ito ay upang sirain ang mga tao mula sa kanilang mga pagkagumon. Ito tagala ay isang malakas na pagpapakita ng biyaya upang gisingin ang natutulog na mga puso. Ako ay naniniwala!

Naniniwala ako na ang ganitong uri ng tanda at kababalaghan ay tataas. Dumating tayo sa mga araw ng pagkabigla at paghanga. Ang kagalakan at takot sa Diyos ay muling dumarating sa atin, gaya ng inihula ni Oseas:

Matatakot sila sa Panginoon at sa Kanyang kabutihan sa mga huling araw (Hos 3:5, NKJV).

Kung tutuusin, nangyayari na ito. Ang tagapagpanguna na si Nancy Coen ay minsang ipinadala ng Espiritu sa isang Mala-demonyong pang-gabing lugar aliwan. Isa iyon sa pinakamadilim na lugar na maiisip mo, puno ng mga demonyong tao. Napalingon ang lahat kay Nancy. Nakatayo roon sa harap ng karamihanng tao, nagsimula siyang umiyak at humagulgol sa dumaing ng malalim na panalangin para sa mga tao. Naramdaman ni Nancy ang pananabik sa paglikha na umaalingawngaw sa buong pagkatao niya (tingnan sa Mga Taga Roma 8:22). Ang tanging ginawa ni Nancy ay umiyak. Lumabas siya ng lugar aliwan sa pag-aakalang nabigo siya.

Makalipas ang dalawang taon, nakilala ni Nancy ang (dating) mataas na pari mula sa pang-gabing lugar aliwan. Sinabi niya kay Nancy ang totoong nangyari. Habang umiiyak si Nancy, biglang siyang nawala at muling nagpakita bilang isang makinang na nakabubulag na liwanag sa harap ng mga satanista. Ang higit sa normal na liwanag ay tumama sa mataas na pari na ganap na bulag.

Nataranta ang mga kaibigan niya at gusto siyang dalhin sa kuwartong pang-emerdyensya. Gayunpaman, alam niyang

si Hesus iyon. Sa halip ay iniuwi siya at doon ay pinagaling siya ng Diyos at iniligtas. Sa sumunod na dalawang taon, ang isang babaeng nagbagong anyo na ito ay pinangunahan ang karamihan ng mga satanista sa lugar ng aliwan na iyon kay Hesus. Siya ngayon ay kumikilos sa makapangyarihang ministeryo ng propeta. Kahanga-hanga![6]

Ang panahong ito ay hindi magiging simpleng negosyo gaya ng dati.

Ang Unang Adan ay tumanggap ng buhay,

ang Huling Adan ay Espiritung nagbibigay-buhay (1 Cor 15:45, MSG).

Ang mga implikasyon ng Ebanghelyo ay napakalaki. Ang kamatayan ay lalamunin ng Buhay.

INEDIA:
MATAGAL NA PAG—AAYUNO

Hinimok Siya ng Kanyang mga alagad, na sinasabi, "Gurong
Hudyo, kumain ka." Ngunit sinabi Niya sa kanila,

"May pagkain akong makakain na hindi mo alam." Kaya't
sinabi ng mga alagad sa isa't isa, "May nagdala ba sa Kanya ng
anumang makakain?" (Juan 4:31-33).

Nagsisimula ka na bang makakita ng isang sulyap sa kamangha-
mangha ng Ebanghelyo? Ang galing. Hinding-hindi kami titigil na
tangkilikin ito. Huwag tumigil sa paggalugad nito. Namangha ang
mga anghel dito!

Habang mas naranasan ko ang mahiwagang panalangin at
nakikibahagi sa mga makalangit na kaharian, mas kailangan
kong muling suriin ang maraming mga pagpapalagay tungkol sa
katawan, isip, espiritu, distansya, sukat, talino at higit pa.

Sa magkasamang buhay isang bagay na hindi mailalarawan ang
nangyari sa bawat isa sa atin. Nagsisimula pa lang tayong matanto
ang mga implikasyon ng Ebanghelyo. Tayo ay ganap na muling
tinukoy kay Kristo. Nguyain ito:

**Ang mga terminong, magkasamang pinako at magkasamang
nabuhay ay tumutukoy sa akin ngayon. Si Kristo sa akin at ako
sa Kanya (Gal 2:20, MIR)!**

Ang mga kahulugan ng tao ay hindi na akma sa atin. Kung sino
tayo noon ay tapos na at wala na. Ito ay kapwa ipinako sa krus at
namatay. Dumating na ang bagong magkasamang buhay!

Sa liwanag ng Ebanghelyo, hayaan natin ang Diyos na buksan ang
nakaraang pag-iisip at panumbalikin ang ating mga isipan. Ang
paraan ng ating pag-iisip ay nagbabago sa mundong atin nakikita.
Mayroong higit pang mga posibilidad na tuklasin.

Tingnan natin ang isa pang mapaghamong pagbabago para sa

atin. Gusto kong hamunin ang pag-asa sa mga mapagkukunan ng pagkain sa lupa - iyon ay pagkain at tubig.

Muli nating suriin kung ano ang ibig sabihin ng mamuhay sa mga limitasyon ng "Higit sa Tao", simula kay Hesus at sa babae sa balon. Napag-usapan natin ito sa kabanata sa "Napuno ng Kaalaman". Sa pagkakataong ito gusto kong tumuon sa ibang anggulo ng kwento. Gaya ng alam mo, sa kuwentong ito ay ginugol ni Jesus ang oras sa pagpapapanumbalik ng isang nasirang babae. Siya ay namangha at tumakbo upang sabihin sa bayan.

At sa puntong ito ay dumating ang Kanyang mga disipulo, at namangha sila na nakipag-usap Siya sa isang babae; ngunit walang nagsabi, "Ano ang hinahanap Mo?" o, "Bakit mo siya kinakausap?"

Pagkatapos ay iniwan ng babae ang kanyang palayok, pumunta sa lungsod, at sinabi sa mga lalaki, "Halika, tingnan mo ang isang Lalaki na nagsabi sa akin ng lahat ng bagay na ginawa ko. Ito kaya ang Kristo?" Nang magkagayo'y lumabas sila ng lungsod at pumunta sa Kanya.

Samantala, hinimok Siya ng Kanyang mga alagad, na sinasabi, "Gurong Hudyo, kumain ka." Ngunit sinabi niya sa kanila, "Mayroon akong pagkaing makakain na hindi ninyo nalalaman." (Juan 4:27-32).

Si Hesus ay napunta mula sa pagiging "pagod sa paglalakbay" sa biglang pagkakaroon ng isang higt sa normal na Banal na enerhiya. Kilalang-kilala ng mga alagad si Hesus at nakita nila na napreskuhan siya. Tinanong nila "May nagbigay ba sa kanya ng pagkain?" Sila ay nalilito (Juan 4:1-42).

Alam nating gustung-gusto ni Hesus ang piging at mas masaya siya kaysa sa iba (Heb 1:9). Maaari siyang kumain at uminom, at talagang mahal ang mga oras sa mesa. Siya ay inakusahan bilang isang bibber wine (ibig sabihin ay isang 'tagainom ng alak') ng mga relihiyoso (Lucas 7:34). Gayunpaman, ang pagkain nito ay waring para sa kagalakan, hindi mahalaga para sa buhay. Mabubuhay si Hesus kung wala ito:

Mayroon akong pagkain na hindi mo alam.

May mistikong sikreto dito. Huwag palampasin ito.

Sa sandaling iyon ng pag-upo sa balon, pagsunod sa Ama, si Hesus ay napuno ng Buhay ng Espiritu. Sinabi niya:

Ang aking pagkain ay ang gawin ang kalooban Niya na nagsugo sa Akin, at tapusin ang Kanyang gawain (Juan 4:34).

Si Hesus ay busog at nasisiyahan sa pagsunod sa kalooban ng Ama! Napuno ng kagalakan!

Ang posibilidad na ito ay umiiral din para sa atin. Maaari tayong mabuhay nang higit sa pag-asa sa pagkain. Alam kong nakakagulat, ngunit ipagpatuloy ang pagbabasa. Hayaan akong ipaliwanag ito.

Ang "KAINOS" na posibilidad ng inedia ay hindi tungkol sa pagkawala. Hindi! Ito ay tungkol sa PISTA mula sa ibang Realm. Kami ay kumakain at umiinom mula sa isang Nakatagong Realidad. Narating na natin ang Puno ng Buhay (Pahayag 2:7)! Tayo ay MATABA at MASAYA sa katabaan ng Kordero!

Si Kristo, ang tupa ng Diyos, ay pinatay para sa atin.

Kaya't tayo ay MAGPIPISTA SA KANYA (1 Cor 5:7-8, TLB).

Sapagkat si Kristo, ang ating Paskuwa, ipinako sa krus para sa atin. Kaya't ating ipagpatuloy ang PISTA (1 Cor 5:7-8).

Sila ay mabubusog nang sagana sa katabaan ng iyong bahay (Salmo 36:8, DAR).

Sila ay nasasarapan at nagpipiyesta sa kasaganaan (Salmo 36:8, AMPC).

Gusto ko ang Butter-Fat Gospel of Jesus Christ! Isa ito sa mga paborito kong mensahe kapag naglalakbay ako. Ang Ebanghelyo ay isang mahiwagang PISTA hindi isang mabilis. Ang kanyang katawan ay tunay na pagkain.

At sinabi ni Hesus sa kanila, "Ako ang tinapay ng buhay. Ang lumalapit sa Akin ay hindi magugutom kailanman at ang sumasampalataya sa Akin ay hindi kailanman pagkauhaw... Sapagkat ang Aking laman ay tunay na pagkain at ang Aking dugo ay tunay na inumin. Ang kumakain ng Aking laman at umiinom ng Aking dugo ay nananatili sa Akin, at Ako sa kanya." (Juan 6:35-58).

Habang napagtatanto ng henerasyong ito (higit sa iba pa) ang mensahe ng natapos na mga gawa ni Hesukristo at ang pangako ng mistikal na pagkakaisa na nilalaman ng Ebanghelyo, tayo ay magiging hinog at magsisimulang mamuhay mula sa ganap na mga kahihinatnan ng pagiging kasama kay Kristo.

Kapag nakikipagkaisa tayo sa kanya, nagiging posible ang imposible.

Tulad ni Moises sa bundok na nakatayo sa itim na ulap ng presensya sa loob ng maraming linggo, makikita natin na ang presensya ay nagpapanatili sa ating mga katawan nang higit pa sa anumang maiaalok ng nakikitang mundo.

Kaya't si Moises ay pumasok sa gitna ng ulap at umakyat sa bundok. At si Moises ay nasa bundok ng apatnapung araw at apatnapung gabi (Ex 24:18).

May enerhiyang kaisa ng ating Lumikha. Sa kanya, madaanan natin ang BUHAY NA WALANG LIMITASYON.

Nakaranas ako ng maliliit na sulyap nito. Mga biglaang pagdagsa ng higit pa sa karaniwan na enerhiya na tumagal ng ilang araw. Nagising ako na puno ng Buhay at kinailangan kong tumakbo at tumakbo para sunugin ito. Kadalasan sa pangangaral, ang lakas ay nag-uudyok sa akin na umakyat at pababa at kung minsan ay tumatakbo sa paligid ng silid, nagpapalabas ng masayang sigaw upang subukan at palabasin ang ilan sa panloob na kaligayahan. Madalas akong mas masigla sa pagtatapos ng gabi kaysa sa simula.

Sa maingat na pagkuha ng mga mahiwagang elemento ng pakikipag-isa sa Espiritu, sa tingin ko ako ay naging malalim na mulat sa Diyos. Naramdaman ko ang isang kapunuan, isang panloob kagalingan, na mahirap ilagay sa mga salita. Ito ay tulad ng isang malawak na pakiramdam ng pagiging puno ng pagiging perpekto. Ang pagiging perpekto ng Pag-ibig.

Sa ilang mga oras, ang lahat ng gana sa pagkain ay tila nalulusaw at nagiging walang kabuluhan. Madalas kong tinatanggihan ang imbitasyon para sa isang pagkain pagkatapos ng kumperensya sa gabi. Natututo akong parangalan ang sensasyon, sa halip na iwaksi ito sa programa ng pag-uugali ng tao.

Umaasa ako na ang daloy ng Buhay na ito ay patuloy na lalago sa akin hanggang sa makapagpatuloy ako ng ilang linggo sa ilalim ng Banal na enerhiya tulad ng mga santo. May presyo.

Kailangan mong piliin na mamuhay kay Kristo. Nagbabalik sa Kanyang pag-ibig. Pamumuhay sa kamalayan ng Kanyang presensya.

Marami sa mga santo ang nakaunawa nito. Natagpuan nila ang "Mistikong Lihim

ng Diyos na si Kristo" (Col 2:2, AMPC). Sa napakatalino na aklat ni John Crowder na The Ecstasy of Loving God, isinulat ni Juan ang tungkol sa supernatural na Inedia na ito sa kasaysayan ng Simbahan:

Sa medikal na paraan, imposibleng walang tubig nang higit sa apat na araw, nang hindi nakararanas ng tigim at kamatayan. Ngunit ang mga mistiko ng simbahan, lalo na ang mga nakaranas ng matinding lubos na kaligayahan ay sumailalim sa inedia na imposibleng paniwalaan kung ito ay hindi masyadong naidokumento. Si Alexandria Maria da Costa ay pumunta mula Marso 27, 1942, hanggang sa kanyang kamatayan noong Oktubre 13, 1955, na may lamang komunyon bilang kanyang pagkain araw-araw. Iyon ay higit sa 13 taon! Ang German mystiko at tagasunod ng tanda na si Therese Neumann (1898-1962) ay marahil ang pinakakahanga-hangang modernong halimbawa. Siya ay 40 taon nang walang pagkain at higit sa 35 taon na walang tubig, maliban sa komunyon. Parehong siya at si Alexandria ay hindi nakaranas ng masamang epekto mula sa pag-aayuno na ito, ni ang kanilang mga katawan ay nag-aalis ng dumi.[1]

Marami akong nabasa na mga salaysay tungkol sa mga Ama ng Disyerto at mga santo ng Keltiko na namuhay nang mag-isa sa maliliit na isla, o mga lugar sa ilang, na umiiral sa pinakamababang diyeta na posible, minsan kumakain lamang ng isang maliit na pagkain sa isang araw, nang hindi nagdurusa sa pinsala.

Sa sumusunod na kuwento si St. Brendan at ang kanyang mga kaibigan ay dinala ng Panginoon sa paglalakbay patungo sa isang maliit na isla. Doon ay natagpuan nila ang isang matandang lalaki na inalalayan ng Diyos.

Pagdating ni Brendan sa tuktok ng isla, nakita niya ang dalawang kuweba na may talon sa harapan. Habang nakatayo siya sa harap ng mga kuweba, isang matandang lalaki ang lumapit sa kanya. "Mabuti para sa mga kapatid na magsama-sama," sabi niya at inutusan si Brendan na tawagin ang iba pang mga lalaki mula sa bangka.

Pagdating nila ay binati sila ng matanda at hinalikan at isa-isa silang tinawag sa kanilang mga pangalan. Si Brendan ay labis na namangha sa mukha ng lalaki, na maluwalhati, at sa kanyang pagkaalam ng kanilang mga pangalan, na siya ay umiyak at umiyak, na nagsasabing, "Hindi ako karapat-dapat na magsuot ng ugali ng monghe."

Tinanong ni Brendan si Paul (ang ermitanyo) kung paano siya nakarating sa islang iyon at kung saan siya nanggaling dati. Sumagot si Paul, "Ako ay pinalaki sa monasteryo ni Patrick sa loob ng limampung taon. Ako ang namamahala sa sementeryo ng mga kapatid. Isang araw, itinuro ng aking Abbot ang dagat at sinabi, 'Bukas pumunta ka doon at ikaw ay maghahanda ng isang bangka na magdadala sa iyo sa isang lugar kung saan ka mananatili hanggang sa araw ng iyong kamatayan.'

"Ginawa ko ang sinabi niya sa akin at sa loob ng tatlong araw ay sumagwan ako at pagkatapos ay iniwan ang mga sagwan at hinayaan kong maanod ang bangka sa loob ng pitong araw at hayaan itong pangunahan ng Panginoon. Kaya't ako ay dumating sa islang ito at narito ako nanatili, ibinibigay ang aking sarili sa panalangin at pamamagitan." Nagpatuloy si Paul, "Nang unang araw ay dumating ang isang hayop ng oter at dinalhan ako ng isda para makakain. Pagkatapos nito, ang hayop ng oter ay dumating tuwing ikatlong araw at nagdala ng pareho. Ang batis at talon ay nagdala ng tubig, at ako ay narito sa 90 taon at limampu kasama si Patrick. Ngayon sa 140 taon hinihintay ko pa rin ang araw ng aking kuwenta."[2]

Hindi ba ito kahanga-hanga?! Hinahamon ako sa tuwing binabasa ko ang mga kwentong ito. Ang mga taong ito ay nabuhay ng 100% para sa Diyos, inilulubog ang kanilang sarili sa Kanya. Namumuhay na kaisa ng Langit.

Sa tingin ko oras na para magbago tayo! Gusto kong maging malaya!

Noong 1980s, ang ating Kapatid na si Yun (maibiging tinawag na "Ang Makalangit na Tao") ay ikinulong at halos bugbugin hanggang mamatay. Sa hindi magandang kalagayan, nag-ayuno siya ng tubig at pagkain sa loob ng 74 na araw. Alam ng buong bilangguan at mga serbisyo ng seguridad ang hindi kapani-paniwalang himalang ito.[3]

Nang sa wakas ay pinayagang makita siya ng kanyang ina, sinabi ni Yun sa kanila na siya ay nagugutom. Akala nila ay para siyang pagkain. Ngunit sinabi niya na siya ay nagugutom at nauuhaw sa mga kaluluwa. Ito ang pagkauhaw na naramdaman ni Hesus sa krus. Ang pananabik para sa sangkatauhan ay magkasundo.

Ang plano ay si Kristo. Bilang Isa na Nabuhay na Mag-uli, kailangan ba talagang suportahan si Hesus ng pagkain sa Lupa? Alam nating kayang kainin ito ni Hesus at tinatamasa ito. Ipinakikita ng Kasulatan na kumain siya kasama ng mga alagad pagkatapos ang muling pagkabuhay:

Datapuwa't samantalang sila'y hindi pa rin nagsisisampalataya sa galak, at nanggilalas ay sinabi niya sa kanila. Mayroon ba kayong anumang pagkain dito? Kaya't binigyan nila Siya ng isang piraso ng inihaw na isda at ilang pulot-pukyutan. At kinuha niya ito at kumain sa harapan nila (Lucas 24:41-43).

Masarap ang pagkain. Malaya tayong kainin at tangkilikin ito ngunit hindi tayo dapat limitahan nito.

Mayroong mas mataas na paraan na umuusbong. Kung nais ng Panginoon, ayon sa ipinahihintulot ng Diyos, ang isang henerasyon ay lalampas sa mga limitasyon ng tao, maging ang dating pangangailangan para sa pagkain at pagtulog. Magpapakita tayo ng isang nakatagong mas mataas na Banal na Buhay na nagpapanatili sa mas mababang nakikitang buhay.

Naghanda ka ng mesa sa harap ko sa harapan ng aking mga kaaway (Salmo 23:5).

Ang magtagumpay ay bibigyan ko ng makakain mula sa puno ng buhay na nasa gitna ng Paraiso ng Diyos (Rev 2:7).

Ibibigay kong walang bayad ang bukal ng tubig ng buhay sa nauuhaw (Rev 21:6).

Ito ang "KAINOS" na paraan ng pamumuhay at pag-iisip, na naniniwala na kahit ngayon ay maaari nating 'tikman ang kapangyarihan ng panahong darating' (Hebreo 6:5). Maaari nating ipakita ang hinaharap dito at ngayon.

Maaaring hindi pa namin ipinapakita ang buong pakete, ngunit hindi mo ba gustong malaman kung gaano karami ang nakikita natin ngayon?! Hanggang saan kaya tayo? Alam kong gusto kong makita ang pagbabago sa akin.

Ako ay nanghuhula sa iyo, sa mga nagbabasa ng aklat na ito na may pusong parang bata.

Dinala niya ako sa tabi ng tahimik na tubig. Ibinabalik niya ang aking kaluluwa; (Salmo 23:1-3)

Sa isang henerasyong umibig sa Pastol, makikita natin ang pinagmumulan ng buhay. Sa kalaunan, magkakaroon ng isang kumpanya ng mga tao na mabubuhay magpakailanman.

Kung paanong sinugo Ako ng buhay na Ama, at nabubuhay Ako dahil sa Ama, gayundin ang kumakain sa Akin ay mabubuhay dahil sa Akin. Ito ang tinapay na bumaba mula sa langit - hindi gaya ng kinain ng inyong mga ninuno ng manna, at nangamatay. Ang kumakain ng tinapay na ito ay mabubuhay magpakailanman (Juan 6:57).

Ang Inedia ay hindi maaaring magawa sa pamamagitan ng mga pormula ng tao, natural na pag-aayuno o ang ating panloob na lakas ng kalooban. Hindi! Mangyaring huwag gawin iyon! Gaya ng sinabi ni Hesus:

Wala akong magagawa sa Aking Sarili (Juan 5:30).

Nakatira sa mistikong unyon, natagpuan ng mga santo ang nagpapanatili na daloy ng Buhay:

Sapagkat nasa Iyo ang bukal ng buhay (Salmo 36:9).

at muli,

Ngunit ang sinumang umiinom ng tubig na ibibigay ko sa kanya

ay hindi mauuhaw kailanman. Ngunit ang tubig na ibibigay ko sa kanya ay magiging bukal sa kanya ng tubig na bumubukal sa buhay na walang hanggan (Juan 4:14).

Si Saint Catherine ng Sienna[4] ay punong-puno ng Diyos, nalaman niyang halos imposibleng kumain! Sa katunayan, ang pagkain ng pagkain ay magdudulot sa kanya ng sakit. Nawalan siya ng gana at nabuhay sa isang maliit na paghahatid ng pang araw-araw na komunyon.

Naniniwala ako nang buong puso, isang kumpanya ang umuusbong na isabuhay ang mensaheng ito. Hindi mula sa mga lumang pagsisikap ng tao ngunit dahil sila ay hinila sa "KAINOS" na buhay sa kabila ng tabing. Maaari tayong kumain, ngunit hindi tayo mapapanatili sa parehong paraan. Sisirain natin ang hawak.

Higit pa rito, ang ilan ay magiging puno ng buhay, sila ay mabubuhay nang hindi maabot ng kamatayan.

Ngunit ngayon [ang pambihirang layunin at biyaya na iyon] ay ganap na nating inihayag at natanto sa pamamagitan ng pagpapakita ng ating Tagapagligtas na si Kristo Hesus na [sa pamamagitan ng Kanyang pagkakatawang-tao at ministeryo sa lupa] ay nag-alis ng kamatayan [ginawang walang bisa at walang bisa] at nagdala ng buhay at kawalang-kamatayan sa liwanag sa pamamagitan ng ebanghelyo (2 Tim 1:10, AMP).

Tulad ni Enoc, matutuklasan nila ang kapangyarihan ng walang katapusang buhay.[5] Ang pananampalataya ang pumipigil kay Enoc na mamatay (Heb 11:5, GNT). Sa panahon ng "KAINOS", nawala ang tibo ng kamatayan!

Maghanda upang makita ang napakalawak na haba ng buhay, pagbabagong-buhay ng kabataan at kawalang-kamatayan. Ito ay maaaring mukhang mahirap isipin ngayon, ngunit ito ay darating at mas maaga kaysa sa iyong inaakala.

Sa katunayan, ito ay nagsimula na.

HIGIT SA PAGTULOG: PAGTUBOS NG GABI

"Kung tatayo ka sa harapan ng Ama hindi mo kailangan ng tulog." Paul Keith Davis[1]

Alam mo ba na ang karaniwang tao ay natutulog ng walong oras sa isang gabi? Kung mabubuhay ka hanggang 75, pagkatapos ay nakatulog ka nang humigit-kumulang 25 taon. Naniniwala ka ba? 25 taon ng nakapikit!

Ewan ko sayo pero gusto kong mabilang ang oras ko dito kahit gabi. Ayokong hindi pinapansin na lang at gumising sa umaga kakaisip sa nangyari. Hindi yan tama!

Gusto kong maging nasa Espiritu sa aking pagtulog, mulat at may kamalayan, na nakikipag-ugnayan sa Kaharian ng Kaharian ng Ama. Ayokong mawalan ng malay at madiskonekta pa. Iyan ay tila mas mababa kaysa sa ipinangako sa atin ng Kasulatan. Isipin mo na lang ito:

Ngunit ang kanyang kaluguran ay nasa batas ng Panginoon

at sa kanyang kautusan ay nagbubulay-bulay siya araw at gabi (Salmo 1:2).

Paano posible na magnilay araw at gabi? Tingnan muli ang bakas na ito:

Natulog na ako, pero nanatiling gising ang puso ko (Awit ni Sol 5:2, AMPC).

Para manatiling gising at tulog?! Mukhang maganda. Gusto ko ito!

Dito namin ipinakilala ang isa pang masayang katotohanan! Ang Ebanghelyo ay hindi lamang binabago ang araw at pinupuno ito ng mga bagong posibilidad. Binabago rin nito ang gabi sa masaganang panahon ng

pakikipag-ugnayan sa Langit at paglalakbay sa Espiritu. Buong gabi na nahuhulog sa kaligayahan ng mistikong unyon at pagkakaroon ng mga pakikipagsapalaran sa mga bansa at maging sa mga bituin.

Nagsimula na akong maranasan ang ilan dito. Nagkaroon ako ng mga gabi kung saan sinadya ko ang aking pagtuon sa pag-akyat sa Diyos. Napansin ko na kapag nakatuon ako sa pagkakaisa, at sa pagiging nasa kanya, kahit papaano ay mas maraming langit ang nagbubukas. Ito ang batas ng pagnanais at pagtuon.

Magalak ka rin sa Panginoon at ibibigay niya sa iyo ang nasa ng iyong puso (Salmo 37:4).

Natutunan ng aking kaibigan na si Ian Clayton na parehong posible na mabuhay ng kaunting tulog at manatiling may kamalayan habang natutulog, sa pamamagitan ng paghahandog sa kanyang katawan sa kanyang Espiritung tao. Si Ian ay gumising ng mas maaga at mas maaga para magdasal. Gutom na gutom na siya. Ngunit palagi niyang nararamdaman na wala siyang sapat na oras sa Ama. Napagtanto niyang marami lang siyang pisikal na magagawa.

Sa huli ay nakahanap siya ng solusyon. Natuto siyang makisali sa Espiritu at umakyat sa gabi sa Bundok ng Diyos. Ngayon ay mayroon na siyang ilan sa kanyang pinakamalalim na karanasan habang natutulog. Kapag magkasama kaming nagmiministeryo lagi ko siyang tinatanong "Ano ang nangyari kagabi?" Lagi siyang may bago na ibabahagi. Kadalasan ay isang bagay na mahalaga para sa mga pulong.

Nabubuhay din siya sa loob ng ilang linggo na may kaunting tulog, lampas sa natural na limitasyon. Nakita ko siyang nagministeryo ng isang buong kumperensya mula mismo sa paliparan. Iyan ay isang kahanga-hangang gawa kapag naglakbay ka mula sa New Zealand at hindi natulog kahit isang beses. Yan ang buhay na "KAINOS".

Napakaganda para maging totoo? Pagkatapos basahin mo!

Masdan nating muli si Hesus, ang Isa na nagbibigay sa atin ng pag-asa sa mas malalaking bagay na darating!

At nangyari, nang mga araw na yaon, na Siya (si Hesus) ay lumabas sa bundok upang manalangin at nagpatuloy sa buong gabi sa pananalangin sa Diyos (Lucas 6:12).

Tila para kay Hesus ang pagtulog ay opsyonal! Kung minsan ay buong gabi Siyang nagdarasal.

Ang mas kamangha-mangha dito ay kapag isinasaalang-alang mo ang abalang pamumuhay na mayroon si Hesus. Naglakad siya kung saan-saan. Ang tagapayo sa isang grupo ng mga matinding disipulo. Pinagaling ang maysakit. Nangaral sa maraming tao. Nakikitungo sa relihiyoso, at marami pang iba.

Gayunpaman, tila nalampasan Niya ang mga likas na batas at tumapik sa isang mas mataas na dimensyonal na katotohanan. Isang katotohanan na lumalampas sa normal na mga hulmahan ng pagtulog. Isang pamumuhay na nakalubog sa Buhay.

Paano ito maging posible? Magagawa rin ba natin ito?

Ipinakita kay Propeta Paul Keith Davis ang bahagi ng sagot. Nagkaroon siya ng malalim na karanasan sa pangitain kung saan ipinakita sa kanya si Hesus na nananalangin sa bundok. Sa halip na subukang manatiling gising tulad ng inaasahan ni Paul Keith, nakita niyang si Hesus ay pinasigla sa kaligayahan ng presensya. Hindi siya nakikipaglaban sa pagtulog o pagbibilang ng mga oras. Naabutan niya si Tatay at parang walang oras ang gabi. Kinailangan ni Hesus na hilahin ang Kanyang sarili sa umaga. Ang buong gabi ay ginugol sa masidhing kagalagan. Si Hesus ay bumangon na napasigla sa madaling araw, puno ng kagalakan.

Ang presensya ay ang susi sa misteryo. Ang pakikisangkot sa presensya ng Diyos ang nagbubukas ng mga pintuan ng walang limitasyong mga posibilidad. Kapag nabubuhay tayo sa Kanya, lahat ng bagay ay posible.

"Kung tatayo ka sa harapan ng Ama hindi mo kailangan ng tulog." Paul Keith Davis[1]

Pakiramdam ko ay madalas na nasasayang ang gabi. Ayoko nang mamuhay ng ganoon.

Alam ko ang dumaraming bilang ng mga tao na kumukuha ng gabi.

Sinisira nila ang mga limitasyon ng tao ng mga normal na hulmahan ng tao. Mga taong tulad ni Nancy Coen. Hinahamon niya ang ating pag-unawa kung ano ang ibig sabihin ng mamuhay sa Lupa tulad ng sa Langit.

Makinig sa sariling patotoo ni Nancy Coen:

Sa lahat ng oras na naglalakbay ako sa lahat ng mga bansa, hindi pa ako nagkaroon ng jet-lag. Ngayon kapag naglakbay ka ng milyun-milyong milya upang sabihin na hindi ka pa kailanman nagkaroon ng jet-lag ay lubos na kamangha-mangha. Sa katunayan sa ang biyahe ko dito (sa New Zealand), ang tagal ng pag-alis ko ng bahay para makarating sa bahay nila, ay 64 na oras. At sa 64 na oras na iyon ay nakatulog ako ng isang oras. Ngunit nang makababa ako ng eroplano, tuwang-tuwa akong makita ang lahat, sa sobrang lakas ay hindi ako naabala na hindi ako nakatulog.

Nakarating na ako sa mga lugar sa mga kuweba ng Tsina kung saan aktwal na nangaral ako ng limang solidong araw nang hindi nakaupo. Nang walang pahinga, nang hindi umidlip, o huminto para sa hapunan o umiinom ng isang basong tubig, nang hindi (pumupunta) sa banyo.

Paano ito posible? *Hindi ito posible ng tao.*

Ang paraan kung saan ito naging posible: Nagsimula akong makakuha ng pambihirang tagumpay upang itakda ang aking espiritu sa kontrol ng aking kaluluwa at aking katawan.[2]

Noong unang bahagi ng taon, noong sinimulan kong isulat ang librong ito, tumama talaga ako sa pader. Iniisip ko ang lahat ng mga bagay na ipinakita sa atin ng Diyos tungkol sa pamumuhay na "Higit sa Tao" at napagtanto ko kung gaano ito kabaliw para sa ilang tao. Naisipan kong isuko ang libro.

Pagkatapos ay ipinasa sa akin ng isang kaibigan ang mga turo ni Nancy Coen. Nagulat ako nang marinig ko ang umaalingawngaw niya sa eksaktong parehong mga ideya. Sa sobrang tuwa ko ay nakinig ako sa sampung oras ni Nancy ng diretso. Ito ay tulad ng pulot sa akin. Hindi ako makakuha ng sapat. Kinumpirma niya ang nakita ko. Hindi lamang iyon, ngunit talagang isinasabuhay ito ni

Nancy. Kamakailan, kasama ko si Nancy at hindi siya nakatulog sa buong tatlong araw at mukhang puno ng lakas. Kamangha-manghang isinasaalang-alang na siya ay halos 70!

Kung narinig mo ang aming mga pahayagan, malalaman mong talagang inspirasyon kami ng buhay ng mga santo ng Celtic. Ang grupong ito ng mga simpleng mananampalataya ay lumakad sa tunay na awtoridad ng apostol at hinubog ang tadhana ng Ireland, Britain at higit pa. Lumakad sila sa kapangyarihan, pagmamahal at malalim na pagpapakumbaba. Tulad ni

Nancy Coen, madalas din nilang nilalampasan ang pangangailangan para sa natural na pagtulog.

Malaki ang hinihingi ni Cuthbert at sa pagitan ng nangungunang mga panalangin at masinsinang mga panahon ng pagtuturo ay pupunta siya para sa maikling paglalakad upang sariwain ang kanyang sarili. Sa gitna ng lahat ng aktibidad, bagama't sumasamba siya kasama ng komunidad, madalas siyang humingi ng panahon para sa tahimik na panalangin, at sa mga pagkakataong ito ay bumababa siya sa mga bangin upang maging malapit sa dagat.

Isang gabi, nagpasya ang isa sa mga kapatid na sundan siya nang palihim na gustong makita kung ano ang ginagawa ni Cuthbert buong gabi. Sa pagsunod sa kanya ng espiya, bumaba si Cuthbert sa dagat at pumasok sa tubig hanggang sa umabot ito sa kanyang leeg. Doon sa tubig na nakaunat ang mga bisig, nagpalipas siya ng gabing nagpupuri sa Diyos at umaawit sa huni ng mga alon. Sa pagsikat ng araw, pumunta siya sa dalampasigan at nagsimulang manalangin muli, lumuhod sa buhangin.[3]

Nakatayo ako sa tubig malapit sa kung saan nangyari ito. Ito ay mas kahanga-hanga kapag isinasaalang-alang mo kung gaano kalamig ang tubig dagat sa paligid ng UK. Kasing lamig ng yelo! Hindi kapani-paniwala!

Si Francis of Assisi ay isa pang santo na nabuhay "Higit sa Tao." Bilang isang radikal na binata, naghubad siya bilang protesta at umalis sa kanyang malaking yaman ng pamilya upang hawakan ang pinakanaliligaw at pinakamahihirap sa mga mahihirap. Noong una ay wala siyang tirahan at kinukutya. Isang mabait na lalaki na tinatawag na Bernard ang naawa kay St. Francis at dinala siya sa kalsada patungo sa kanyang tahanan.

Kaya't inanyayahan niya siya na maghapunan sa gabi at manirahan sa kanyang bahay, at tinanggap ni St. Francis at naghapunan kasama niya at nakitulog. Pagkatapos ay inihanda ni Bernard ang isang higaan sa kanyang sariling silid, kung saan sa gabi ang isang lampara ay palaging pinananatiling nasusunog. At si St. Francis, upang itago ang kanyang kabanalan nang makapasok sa silid, kaagad na inihagis ang kanyang sarili sa kama at nagkunwaring natutulog. Sa katulad na paraan, si Bernard, pagkaraan ng ilang sandali ay humiga at nagsimulang humilik ng malakas na parang mahimbing na natutulog. Sa kasalukuyan, sa paniniwalang si Bernard ay talagang natutulog, si St. Francis ay bumangon mula sa kanyang kama at nagsimulang magdasal, itinaas ang kanyang mga mata at mga kamay sa langit, at sinabi nang may matinding debosyon at

taimtim na, "Diyos ko, Diyos ko." At sa pagsasabi at patuloy na pag-iyak, nanatili siya hanggang umaga, palaging inuulit: "Diyos ko, Diyos ko," at wala nang iba pa.[4]

Ang pagsaksi sa hamak na sa higit sa karaniwan na walang tulog na gabing ito ay may malaking epekto kay Bernard. Mula sa araw na iyon siya ay binago at naging unang Fransiskanong monghe. Siya ay naging malapit na kaibigan ni St. Francis, para pangalagaan ang mahihirap, magtanim ng mga monasteryo at mamuhay ng malalim na mistiko na pamumuhay. Madalas na nahuhuli sa loob ng maraming araw sa kalugud-lugod na pag-ibig, habang naglalakad sa kagubatan. Purong kaligayahan!

Isa sa mga paborito kong santo ay si Catherine ng Siena (sa totoo lang marami akong santo na tinatamasa ko, parang kaibigan ko sila). Siya ay namuhay ng isang banal na buhay mula sa isang murang edad, nagsimulang makakita ng makalangit na mga pangitain ni Hesus sa lima o anim. Nabihag siya ng pagmamahal, sa punto na:

(Siya) halos hindi natutulog ng kalahating oras kada dalawang

araw. Ngunit hindi siya kailanman napapagod, o ginigipit, o pagod.[5]

Siya ay may sakit sa pag-ibig. Ang pag-ibig ay nakakalimutan mong kumain. Nakalimutang matulog! Ang Banal na Pag-ibig ay Buhay!

Nakapagtataka, itinulak ng ilang santo ang kakayahang ito nang higit pa. Ang Franciscan St. Colette ay walang tulog sa loob ng isang buong taon. Narinig mo ba yun?! Isang buong taon. Isipin mo yun! Ano ang gagawin mo sa dagdag na oras? Isipin na hindi kailanman napapagod!

Ang mas nakakamangha, si Agatha ng Krus, isang Spanish Dominican ay hindi natulog sa huling walong taon ng kanyang buhay. Hindi kapani-paniwala! gusto ko yan! Gusto kong maging malapit sa Diyos na maging ang aking katawan ay nakikibahagi sa kaligayahan.

Nguni't silang naghihintay sa Panginoon ay magbabago ng kanilang lakas; sila'y sasampa na may mga pakpak na parang mga agila, sila'y tatakbo at hindi mapapagod, sila'y lalakad at hindi manghihina. (Is 40:31).

O gaya ng sabi ng TINIG pagsasalin:

Sila ay tatakbo - hindi kailanman mapapagod, hindi mapapagod. Maglalakad sila - hindi mapapagod, hindi hihimatayin.

Nakita ni Propeta Paul Cain na ang talatang ito ay literal na matutupad sa mga darating na araw. Nakita ni Paul sa nakamamanghang malinaw na mga pangitain ng pag-aani. Sa mga karanasang ito na parang pelikula, nakita ni Paul na may natatanging detalye na magkakaroon ng mga pagtitipon sa istadyum sa mga lungsod sa buong mundo. Sa makapangyarihang mga pagpupulong ng muling pagkabuhay na ito, ang mga hindi kilalang tao ay nangangaral ng mga misteryo sa loob ng ilang araw na walang tigil. Hindi sila nagpapahinga o uupo nang ilang araw sa isang pagkakataon, ngunit hindi nagpakita ng mga palatandaan ng pagkapagod o pagod.

Paparating na ito! Naniniwala ako at nabubuhay upang makita ito mangyari. Ito ang dahilan kung bakit ako nagsusulat. Naniniwala ako na kailangan nating magpatuloy at hamunin ang mga limitasyon. Dapat tayong magsimulang lumago sa ating kakayahan na isipin ang isang mas malaking buhay. Isang napakabaliw na buhay na nagbabago sa mundo!

Nancy Coen, Ian Clayton at ang mga makasaysayang santo ay nagpapakita na posible ito. Higit pa riyan, ipinakita ito ni Hesus at inanyayahan tayo na gawin din ito. Kung pwede lang, gusto ko!

Hinahamon kita upang maniwala. Ngayong gabi habang natutulog ka, makipag-ugnayan sa Langit. Patuloy na magsanay. Sa kalaunan ay may bagong mangyayari. Ang maliliit na susi ay nagbubukas ng malalaking pinto. Amen!

---

* Pinalawak na Talakayan: Nakatulog ba si Hesus?

Nais kong imungkahi sa iyo ang isang bagay na itinuro sa akin ng Ama sa pamamagitan ng paghahayag. Malaya kang mag-isip nang iba kung hindi ito tumutugon. Lahat tayo ay makapangyarihang mag-isip.

Tinanong ako ng Banal na Espiritu "**Sa palagay mo ba ay natutulog si Jesus sa bangka**" (tingnan ang Lucas 8:23).

Nagtaka ako dun. Naisip ko ang bagyo, ang tubig na humahampas, ang mga alon, ang malakas na pagkataranta ng mga disipulo. Ito ay hindi eksakto tulad ng isang panaginip sandali. Mas parang malamig na basang basa! Sinong matutulog niyan?

Ang Banal na Espiritu ay tumugon: "Siya ay dinala sa Ama sa espirituwal na kaligayahan."

Namangha ako! Napakaraming kahulugan nito sa akin.

Ilang taon na akong nag-aral ng mahiwagang teolohiya, sa kawalan ng ulirat, nagbabasa ng buhay ng mga santo. Alam ko na sa mas mataas na estado ng mistikong panalangin, ang tao ay nagiging walang kamalayan sa pisikal na katawan. Sila ay hiwalay sa "mga matinong pasilidad" at lubusang nilamon ng Banal na Pag-ibig. Sa ganitong estado ang santo ay maaaring mukhang halos patay na at sa matinding mga kaso, huminto nang buo ang paghinga.

Sinaliksik ko ang salitang ginamit ni Lucas para kay Jesus na "natutulog." Pumili siya ng hindi pangkaraniwang salita sa kanyang Ebanghelyo. Ito ay ginagamit lamang dito minsan sa buong Bagong

Tipan. Ang pinili niyang salita ay "aphypnoō" (Malakas G879).[6]

Nagmula ito sa dalawa pang salitang-ugat. Ang una ay "apo" na ang ibig sabihin ay: "ang paghihiwalay ng isang bahagi sa kabuuan". Ang pangalawang salitang ugat na "hypnos" ay kung saan natin nakukuha ang salitang "hypnotized", na isang estado na parang tulog. Nangangahulugan din ito ng "espirituwal na torpor" na "isang estado ng nasuspinde na pisikal na mga kapangyarihan at aktibidad".

Kahanga-hanga! Ito ay halos eksaktong akma para sa mga paglalarawang nabasa natin sa Katolikong teolohiya para sa mga mahiwagang kalugud-lugod na mga estado. Gusto kong imungkahi na ito ang nangyari kay Hesus sa bangka. Ginagamit niya ang oras ng bangka para lubusang malunod sa Ama. Sigurado akong madalas itong nangyari. Gumatol kasama si Papa! Isang welcome recess mula sa maraming tao.

Hindi ko sinasabing tiyak na hindi natutulog si Hesus, lalo na bilang isang sanggol. Ang sinasabi ko ay nalampasan Niya ang pagkaalipin sa pagtulog (tingnan ang Mat 26:40) bilang isang mature na Anak. Ang pagtulog ay hindi ang master. Siya ay nagmula sa Mas mataas na lugar at kahit ang gabi ay nagsilbi sa kanya.

Ngunit ang kanyang kaluguran ay nasa batas ng Panginoon

At sa Kanyang kautusan ay nagbubulay-bulay siya araw at gabi (Salmo 1:2).

Araw at Gabi! Gusto ko yan!

Halika na! Bawiin natin ang Gabi!

KASANAYANG HIGIT SA PAGLIKHA

Tinulungan ng lupa ang babae, at ibinuka ng lupa ang bibig at nilamon ang baha (Rev 12:16, NKJV).

Ang ating mga lolo't lola na sina Adan at Eva, ay may makapangyarihang utos sa paglikha. Bilang matalik na kaibigan ng Banal, sila ay inatasan na supilin ang kaguluhan ng Mundo, at lagyang muli (papanumbalikin at gatong) ang lupain pabalik sa kagandahan at kagalakan ng Eden.

Maging mabunga, at magpakarami, at kalatan ninyo ang lupa, at inyong supilin: at magkaroon kayo ng kapangyarihan (Gen 1:28, KJV).

Napakagandang plano! Maiisip mo ba ang Mundo ngayon kung nagawa na nila ang gawain? Madalas kong isipin na ang Mundo ay ganap na gumaling, at ang maraming mga ninuno ni Adan ay lumilipat palabas sa kosmos upang hubugin ang iba pang mga planeta at mga bituin pabalik sa buhay din. Iniisip ko na naibalik at buhay ang Mars. Hindi kapani-paniwala na isinilang sa panahong iyon.

Nakalulungkot, ipinanganak tayo sa ibang mundo. Ang kinahinatnan ng kalunos-lunos na pagbagsak ng tao ay isang pag-ikot ng ating relasyon sa Planeta at sa mga nabubuhay na nilalang dito. Nasira ang buong bagay. Ito ay naging makukulit!

Mga tinik, nagpapagal, mga hayop na pumapatay ng mga hayop.

Ang kaugnayang ito sa Mundo ay lalong nasira sa pamamagitan ng pagpatay ni Cain kay Abel. Nang magbuhos ng dugo si Cain, binawi ng Mundo ang lakas nito.

Kapag nililinang mo ang lupa, hindi na ito magbubunga ng lakas [ito ay lalaban sa paggawa ng magagandang pananim] para sa iyo (Gen 4:12, AMP).

Iyan ay isang kahanga-hangang taludtod! Nagagawa ng Mundo na labanan tayo o tulungan tayo. Ito ay isa pang malaking misteryo na halos hindi napapansin ng Simbahan. Mayroon kaming pabago-bago na relasyon sa Mundo. Talagang tumutugon ito sa amin! Sa ilang paraan hindi natin naiintindihan na ito ay buhay.

Ipinahiwatig pa ni Paul na ang lahat ng nilikhang bagay ay kahit papaano ay may kamalayan at naghihintay sa atin. Basahin muli ang pamilyar na talatang ito nang dahan-dahan. Subukan at tanggapin ito. Ito ay hindi kapani-paniwala!

Sapagkat ang lahat ng sangnilikha ay naghihintay, na nananabik sa panahon kung kailan mahahayag ang mga anak ng Diyos. Kita mo, ang lahat ng nilikha ay bumagsak sa kawalan, hindi sa sarili nitong pagpili kundi sa Diyos. Gayunpaman, inilagay Niya sa loob nito ang isang malalim at matibay na pag-asa na balang-araw ay mapalaya ang sangnilikha mula sa pagkaalipin nito sa katiwalian at mararanasan ang maluwalhating kalayaan ng mga anak ng Diyos. Sapagkat alam natin na ang lahat ng nilikha ay humahagulgol kasabay ng mga kirot sa panganganak hanggang ngayon (Rom 8:19-22, VOI).

Ang paglikha ay may "malalim at matibay na pag-asa" para matutunan mo ang iyong kaugnayan dito at makitang libre ito. Napagtanto ko na halos hindi na namin naiintindihan iyon.

Siguro handa na tayong matuto. Bilang mga anak na "KAINOS", marahil ay panahon na para matanto natin na tayo ay ginawa upang makiisa sa malikhaing inisyatiba ng Diyos at tumulong sa kalikasan.

Sinasabi noon ni Propeta Bob Jones na tayo ang "Mga Kalasag ng Daigdig." Na ito ay ang aming trabaho, ang aming tungkulin upang makatulong na protektahan ang Mundo mula sa sakuna.

Sapagkat ang mga kalasag sa lupa ay sa Diyos (Salmo 47:9, NKJV). Ang mga tagapag-alaga ng lupa ay pag-aari ng Diyos (Salmo 47:9, CEB).

Dapat nating lubos na malaman ang Mundo at kalikasan. Nasa

ating mandato na protektahan ito.

Sinabi ni Propeta John Paul Jackson:

May dahilan ang Diyos na hindi basta-basta nagpahayag sa atin sa pagkakaroon, tulad ng ginawa Niya sa mga halaman, mga hayop, buwan at mga

bituin. Sa halip, pinili Niya na likhain tayo mula sa Lupa. Hinubog Niya tayo ng Kanyang mga daliri - mula sa lupa. Bakit Niya gagawin iyon? Posible bang ang mga tao ay may kaugnayan sa Mundo at ang Mundo ay may kaugnayan sa atin na hindi pa natin naiintindihan? Hindi kaya na tulad ng kay Cain, ang ating mga pagpili ay nakakaapekto sa Lupa?[1]

Ang Bibliya ay puno ng mga kuwento ng dinamikong kaugnayan na mayroon tayo sa sangnilikha:

Dinalhan siya ng mga uwak (Elias) ng tinapay at karne sa umaga, at tinapay at karne sa gabi; at uminom siya sa batis (1 Kings 17:6).

At sila (ang mga hayop) ay pumasok sa arka kay Noe, dala-dalawa, sa lahat ng laman na may hininga ng buhay. (Gen 7:15).

Itinaas ni Moises ang kanyang kamay at hinampas ng dalawang beses ang bato ng kanyang tungkod; at ang tubig ay lumabas nang sagana (Numb 20:11).

Marami pang ibang halimbawa sa banal na kasulatan. Tila ang Bibliya ay puno ng tinatawag ng mga Katolikong teologo na "Mga Mistika ng Kalikasan!" Tila ang ating kapalaran ay nakatali sa paglikha!

Sa simula pa lang ng kanyang ministeryo, ipinakita sa atin ni Hesus, dapat tayong maging sa tagpo ng mga punto para sa kalikasan at langit. Tignan mo to:

At Siya ay nandoon sa ilang apatnapung araw, tinukso ni Satanas, at kasama ng mga mababangis na hayop; at ang mga anghel ay naglingkod sa Kanya (Mark 1:13).

Sa panahon ng malaking personal na pagsubok, "mga mababangis na hayop" at "mga anghel" ay nagtipon sa paligid niya. Ang Lupa at Langit ay tumutugon sa pagiging anak.

Ito ang hugis ng ating bagong uri. Dapat tayong magdala ng

pagkakaisa sa pagitan ng mga kaharian. Pagsamahin ang nakikita at hindi nakikita. Mayroong batubalani na puwersa sa loob natin na kumukuha ng paglikha at gumuhit ng kaharian ng anghel. Ito ang batas ng Buhay.

Inihayag din ni Hesus na tayo ay nilalayong pangasiwaan ang panahon o gaya ng sinasabi sa Genesis na "kunin mo ang kapangyarihan at supilin mo ito."

Pagkatapos ay bumangon Siya at sinaway ang hangin at ang rumaragasang tubig. At sila ay tumigil at nagkaroon ng kalmado. Ngunit sinabi Niya sa kanila, "Nasaan ang inyong pananampalataya?" At sila'y nangatakot, at nangagtaka, na nagsasabi sa isa't isa, "Sino kaya ito? Sapagkat Siya ay nag-uutos maging ang hangin at tubig, at sila ay sumusunod sa Kanya!" (Lucas 8:24-25).

Kung ang kalikasan ay hindi balanse ang kasalanan natin. Bakit.

Bakit ko ito sinasabi?

Ang bakas ay nasa kwento sa itaas. Sinaway sila ni Hesus at tinanong sila sa esensya kung bakit hindi NILA ito ginawa. Gumawa sila ng mga himala. Nasaan ang kanilang pananampalataya?

Minsan ang pagtawag sa Diyos ay isang mababang katotohanan kaysa sa ating paglipat sa Kaharian ng Katotohanan. Nandito tayo upang protektahan ang Mundo, at habang hawak natin ito sa ating puso nang may pagmamahal, maaari nating hubugin ito.

Naniniwala ako na totoo rin ito sa karamihan ng mga lindol at bagyo, tagtuyot, malakas na bagyo ng niyebe at iba pa. Tinatawag sila ng medya na "Mga Gawa ng Diyos", ngunit mas gusto kong isipin ang mga ito bilang "Dahil sa hindi pagkilos ng Ecclesia." Tayo ang gobyerno, ang 'Mundong Kalasag' kung tutuusin.

Ang pamamahala sa panahon ay isang mahalagang bahagi ng pamumuhay sa panahong ito. Maraming beses na kaming nasangkot sa paghubog ng panahon, kung minsan ay may kahanga-hangang resulta.

Minsan ay naglilingkod kami sa Brisbane Australia, at ang langit ay bughaw na walang ulap na nakikita. Sinabi nila sa amin na hindi umuulan ng tatlong buwan. Namangha ako. Tinanong ko sila kung bakit hindi nila binago iyon. Mukhang nagulat sila sa ideya ng pagpapaulan.

Nanalangin kami na umulan muli, ngunit hindi hanggang sa nakasakay na kami sa eroplano pauwi sa loob ng tatlong araw. Nais naming tamasahin ang mas maraming sikat ng araw hangga't maaari!

Makalipas ang tatlong araw sa daan patungo sa paliparan, nakita namin ang mga ulap ng bagyo na pumupuno sa kalangitan. Mukhang maganda. Nakaupo kami sa eroplano at habang nakatingin ako sa bintana ay nagsimulang bumuhos ang ulan sa salamin. Katulad ng dinasal namin! Tumawa kami! Lahat ay perpekto!

Sa ibang pagkakataon, hiniling sa atin ng Panginoon na baguhin ang mga hulmahan ng panahon sa UK sa mga madiskarteng sandali. Minsan sa buong taglamig, pinigil namin ang mga bagyo ng niyebe. Nakamamangha. Ang tanggapan ng panahon ay hinulaan ang isang kakila-kilabot na taglamig. Hindi malaman ng UK pahayagan kung ano ang nangyayari.

Sa halip na snow ay nagkaroon kami ng sikat ng araw! Sa katunayan, ang numero unong nagbebenta noong Enero ay mga salad at BBQ.[2] Nakakatuwa!

Gayunpaman, hindi lamang pinamahalaan ni Hesus ang mga bagyo. Lumipat siya sa karunungan sa mabangis na buhay.

Ngunit sumagot si Simon at sinabi sa Kanya, Guro, buong gabi kaming nagpagal at wala kaming nahuli; gayunpaman sa Iyong salita ay ihuhulog ko ang lambat." At nang magawa na nila ito, ay nakahuli sila ng napakaraming isda, at nagkasira ang kanilang lambat. Kaya't sinenyasan nila ang kanilang mga kasama sa kabilang bangka na lumapit at tulungan sila. At sila'y nagsiparoon at kanilang napuno ang dalawang bangka, ano pa't sila'y nagsimulang lumubog (Lucas 5:5-7).

Naiisip mo ba ang pangingisda nang ganoon? Bakit hindi? Sapagkat si Hesus ang Huwaran natin. At muli (isang medyo kakaiba at kahanga-hangang) kuwento:

Pumunta sa dagat, ihulog ang isang kawit, at kunin ang isda na unang umahon. At kapag naibuka mo na ang bibig nito, may makikita kang kapirasong pera (Mat 17:27).

Maaaring nilikha ni Hesus ang barya sa kanyang kamay. Bakit ginagawa ito sa ganitong paraan? Marahil ito ay upang ipakita ang pakikipagtulungan na mayroon tayo sa paglikha? Anuman ang kaso, mahal ko ito!

Ang mga himala ng kalikasan ay hindi tumigil kay Hesus. Minahal ng mga santo ang kalikasan at minahal sila ng kalikasan bilang kapalit. Marahil ay nakakita ka na ng mga painting ng mga santo na napapalibutan ng mga hayop?

Ang mga monghe ng Pransiskano ay partikular na nakikibahagi sa ligaw. Minahal nila ang kalikasan at ginamit ng Diyos ang pag-ibig na iyon nang maraming beses upang baguhin ang buong komunidad. Sa sumusunod na kuwento, si St. Anthony ay nangangaral sa isang lungsod na tinatawag na Rimini. Sila ay isang matigas ang ulo at mahirap na grupo ng mga tao. Pagkatapos ng maraming araw ng mahirap na pangangaral ay hindi pa rin sila nakikinig.

Samakatuwid, isang araw, sa pamamagitan ng Banal na inspirasyon, pumunta si St. Anthony sa pampang ng ilog. Nakatayo sa baybayin sa pagitan ng dagat at ng ilog, nagsimula siyang magsalita sa mga isda, na para bang siya ay isang mangangaral na ipinadala sa kanila: "Pakinggan ninyo ang salita ng Diyos, kayong mga isda sa dagat at ng ilog, yamang ang di-tapat na mga erehe. Tumangging marinig ito." Nang masabi niya ito, lumapit sa kanya sa pampang ng ilog ang napakaraming isda... Lahat sila ay inilabas ang kanilang mga ulo sa tubig at matamang tumitig sa mukha ni St. Anthony, nanatili doon sa malaking kapayapaan at kahinahunan ng kaayusan... Habang tumatagal si St. Anthony ay nangaral, mas dumarami ang mga isda.. Ang mga tao ng lungsod ay nagsimulang tumakbo roon upang makita ang himala na ito ay kamangha-mangha at malinaw, sila ay natusok sa kanilang mga puso, at lahat sila ay lumuhod sa paanan ni St. Anthony upang marinig ang kanyang mga salita.[3]

Marahil isa sa mga grupo ng mga santo na higit na nakaunawa sa kaugnayan na relasyon na ito sa kalikasan, ay ang mga santo ng Celtic ng Ireland at Britain. Nakita nila ang kanilang sarili na tunay na pinagsamasama sa kalikasan. Tinawag pa nila ang Banal na Espiritu na Ligaw na Gansa!

Sa kuwentong ito, si St. Cuthbert ay nasa isang napakalayo na lugar, naglalakbay upang maabot ang mga nakabukod na tao gamit ang Ebanghelyo. Tinatawag namin itong ' ligaw na pagala-gala'. Sinusundan ang hindi kilalang landas. Ang batang disipulo ni Cuthbert ay kahabag-habag dahil sa gutom:

Sinabi sa kanya ni Cuthbert na magsaya at manampalataya: "Ang Panginoon ay maglalaan para sa atin ngayon. Gaya ng lagi niyang ginagawa." Pagkatapos ay itinuro niya ang isang agila na nasa taas. "Tingnan mo ang ibong lumilipad sa itaas natin. Posibleng paginhawahin tayo ng Diyos sa pamamagitan ng ministeryo ng agila." Hindi sigurado ang binata sa iminumungkahi ni Cuthbert. Ngunit habang naglalakbay pa sila sa tabi ng ilog, nakita nila ang agila na tumira sa pampang na may isda sa mga kuko. Sinabi ni Cuthbert, "Tumakbo at tingnan kung anong pagkain ang dinala sa atin ng agila mula sa Panginoon."

Ginawa ito ng binata na nagbalik ng isang malaking isda na kinuha ng agila sa ilog. Ngunit sinabi ni Cuthbert, "Ano ang ginawa mo anak ko? Bakit hindi mo ibinigay sa aming alipin ang kanyang bahagi? Hatiin ito nang mabilis sa kalahati at kunin sa kanya ang bahagi na nararapat para sa paglilingkod sa atin."[4]

Iginagalang ng mga Celts ang paglikha at naunawaan nila ang ating sagradong koneksyon.

Nagpatuloy ang mga himala ng kalikasan sa buong kasaysayan. Maaari kong punan ang isang libro na puno ng mga kahanga-hangang kwento. Narito ang isang mas bago, mula sa aklat ng may-akda na si Mark Sandford; *Healing the Earth*. Si Mark ay nasa isang paglalakbay sa misyon sa Taiwan kasama ang kanyang koponan. Nagkaroon sila ng malalaking problema sa kagat ng bug. Kailangan ni Mark ng ilang agarang tulong:

Nagreklamo ang mga kawani na hindi sila pinapatulog ng mga

lamok. Pagkatapos ay naisip ko sa aking sarili, "Tiyak na ang orihinal na intensyon ng Diyos para sa mga nilalang na ito ay hindi para pahirapan tayo! At kung inutusan ni Hesus ang hangin at ang mga alon na tumahimik sa kanyang pangalan ay dapat kong utusan man lang ang mga lamok na huwag kumagat." Dahil ayaw kong kumilos nang may pagmamataas, humingi ako ng pahintulot sa Diyos bago utusan sila sa pangalan ni Jesus na lumayo. Kinaumagahan, nagising akong walang bahid-dungis mula sa isang walang panaginip na tulog, habang ang isang maluwag na mata na katrabaho sa katabing silid ay nagkamot ng kanyang mga pulang tuldok mula ulo hanggang paa.[5]

Marahil ay dapat na ipinagdasal ni Mark ang buong koponan! Ha! Marami pa tayong dapat matutunan. Ngunit kami ay lumalaki at sa palagay ko ay magugulat kami sa kung gaano ito aabot. Kailangan nating mangarap ng malaki!

Kapansin-pansin, ang hebraic na Aklat ng Jubilees[6] ay nagtuturo na ang mga hayop ay nakipag-usap sa sangkatauhan at sa isa't isa noong Simula. Nagsalita sila sa isang boses. Nakalulungkot, ang *Aklat ng Jubilees* itinala ang kakayahang ito ay nawala sa taglagas. Nang bumagsak si Adam, bumagsak sila..

Ngunit sa ating pagiging "KAINOS", naniniwala akong magagawa nating muli ang koneksyon ng wika sa mga hayop. Ang ating mga pandama ay maaaring magising:

Ngunit ngayon ay tanungin mo ang mga hayop, at sila ay magtuturo sa iyo;

At ang mga ibon sa himpapawid, at kanilang sasabihin sa iyo; O magsalita sa lupa, at ito ay magtuturo sa iyo;

At ang mga isda sa dagat ang magpapaliwanag sa iyo. (Job 12:7-8)

Balang araw, sigurado ako, maibabalik din ang mga hayop sa orihinal nilang disenyo at tamang relasyon sa atin. Malaking bahagi sila ng umuusbong na binagong Mundo. Ang mga bata ay maglalaro ng mga ahas at ang mga leon ay kakain ng dayami (tingnan ang Is 11:7-9 at 65:25). Kahanga-hanga!

Kailangan nating bawiin ang LAHAT ng Ebanghelyo. Dumating si Hesus upang iligtas ang nawala, kasama na ang lupa, mga halaman at mga hayop.

Ang Diyos ay kay Kristo. Siya ay gumagawa sa pamamagitan ni Kristo upang ibalik ang BUONG MUNDO sa Kanyang sarili (Cor 5:19, NLV). Inilagay ng Diyos ang mundong parisukat sa kanyang sarili sa pamamagitan ng Mesiyas, na nagbibigay sa MUNDO ng panibagong simula... (2 Cor 5:19, MSG).

Naunawaan ni St. Maximos na tayo ay konektado sa hinaharap ng Uniberso:

Ang tao ay hindi isang nilalang na nakahiwalay sa iba pang nilikha; sa pamamagitan ng kanyang likas na katangian siya ay nakatali sa buong sansinukob... sa kanyang paraan sa pakikipag-isa sa Diyos, ang tao sa anumang paraan ay hindi iniiwan ang mga nilalang, ngunit tinitipon sa Kanyang pag-ibig ang buong kosmos na nagulo ng kasalanan, upang ito ay mabagong anyo ng biyaya.[7]

Iyan ay maganda! Binago ng biyaya! Gusto ko ang pariralang iyon. Puro tamis! Sa ating paggising, ang Mundo ay mamumulaklak at makikitang tutugon. Ito ay mabubuhay!

"Sapagka't kayo'y lalabas na may kagalakan, at ilalabas na may kapayapaan; ang mga bundok at ang mga burol ay magsisiawit sa harap mo, at lahat ng puno sa parang ay magpapalakpak ng kanilang mga kamay" (Is 55:12).

Habang hawak natin ang paglikha sa ating mga puso ay makikita natin na ito ay buhay at handang tumugon!

Ang hamon ay baguhin ang ating relasyon sa kalikasan. Ito ay isang NGAYON na salita. Magagawa nito ang pagkakaiba sa pagitan ng kaayusan at kaguluhan, pag-ulan o tagtuyot, bagyo o kalmado.

Tayo ang mga 'Mga Tagapangalaga ng Lupa'!

ANG MAKALANGIT NA TUNGGALIAN

Pagkatapos ay nagkaroon ng digmaan sa langit: Si Michael at ang kanyang mga anghel ay nakipaglaban sa dragon. Lumaban ang dragon at ang kanyang mga anghel (Rev 12:7, CEB).

Malapit na tayong matapos ang librong ito. Sana ay nasiyahan ka sa ngayon. Sa susunod na dalawang kabanata gusto kong tumulong na ihanda ka para sa laban sa hinaharap. Sa ating kagalakan kailangan din nating maging malakas sa kapangyarihan ng Kanyang kapangyarihan. Oo may labanan, ngunit sinabi ni Hesus:

Ang mga bagay na ito ay sinalita ko sa inyo, upang sa Akin ay magkaroon kayo ng kapayapaan. Sa mundo magkakaroon kayo ng kapighatian; ngunit lakasan mo ang loob, nadaig ko ang mundo (Juan 16:33).

Ang katotohanan ay tayo ay isinilang-muli sa isang selestiyal na labanan, isang labanan na nagaganap mula pa noong bago pa nilikha si Adan. Isang labanan na sumira sa kosmos at ginawang anino ng dati ang sistemang solar.

Mula sa magulong kaguluhang ito ay pumili ang Diyos ng isang maliit na hindi gaanong mahalagang lugar upang simulan ang proseso ng muling paglikha. Isang lugar na naging mahalaga sa kinabukasan ng lahat ng nilikhang bagay: Mundo.

Si Adan ay itinanim sa isang lugar ng digmaan!

Alam na natin ang sumunod na nangyari. Bumagsak ang sangkatauhan at muling nanaig ang kaguluhan. Naging mailap ang mga halaman at hayop. Ang likas na kaayusan ng kapayapaan ay nasakop ng kaligtasan at kompetisyon. Si Satanas ay muling umupo sa tuktok ng kanyang maliit na bundok. Sobrang kumpiyansa at mapagmataas.

Ang iba pang mga makalangit na nilalang na inspirasyon ng satanikong pagmamataas

ay sumali sa rebelyon ng Mundo. Tinawag silang Mga tagamasid. Ang ilang mga tao ay

tinatawag silang mga anghel o mga diyos. Hindi malinaw kung saan sila nanggaling. Ang alam natin ay iniwan nila ang kanilang inilaan na dimensyon at pumunta sa Lupa, sa direktang pagsalungat sa kalooban ng Diyos. Itinuro nila sa mga tao ang teknolohiya at okultikong sining. Ang kanilang kuwento ay isinalaysay sa Ethiopic na aklat ng Enoc.

Tingnan kung ano ang ginawa ni Azazel (ang Tagamasid) sa lupa - nagturo siya ng kalikuan at nagsiwalat ng mga walang hanggang lihim na dating pinangangalagaan ng langit... Sa katunayan silang lahat ay umalis at 'nakipagsipingan' sa mga babaeng tao at dinungisan sa kanilang sarili sa seksuwal na paraan at tinuruan ang mga tao ng lahat ng uri ng kasalanan. Ang bawat babae ay nagsilang ng isang napakalaking higante sa tangkad. Ngayon sila ay nagkamali at nakapatay ng marami, nagbuhos ng dugo sa lupa at mayroong maraming kalikuan.[1]

Ito ay naipon sa panahon ni Noe na may isang impiyerno ng isang gulo. Ang daigdig ay dinagsa ng mga puwersa ng demonyo, pinaghalong mga nilalang ng DNA, mga makapangyarihan at mga higanteng kanibal. Saanman ang sangkatauhan ay bumaling sa ganap na kawalan ng batas, ang okulto at walang hanggang kasamaan.

Nang makita ng Panginoon kung gaano kalaki ang kasamaan ng mga tao sa lupa, at kung paanong ang bawat pagnanais na ipinaglihi ng kanilang puso ay laging walang iba kundi ang kasamaan, pinagsisihan ng Panginoon ang paggawa ng tao sa lupa, at ang kanyang puso ay nalungkot. (Gen 6:5).

Sa puntong ito ang Mundo ay binaha. Ang ilan ay naniniwala na maaaring may anim na bilyong tao sa Mundo noong panahong iyon na may halo-halong DNA at sopistikadong teknolohiya. Ang tanging nakaligtas ay si Noah at ang kanyang pamilya. Nakatakas sila sa pamamagitan ng Banal na interbensyon.

Nakakabaliw isipin na sinabi ni Hesus na ang kanyang pagbabalik ay mamarkahan ng isang henerasyong tulad niyan sa mga araw ni Noe. Napakaganda kapag binasa mo si Enoch at nauunawaan mo ang mga panahong kinabubuhayan nila. Mga panahon ng malaking salungatan sa pagitan ng liwanag at kadiliman.

Ang hebraic na tagapakinig ni Hesus ay pamilyar sa Aklat ni Enoc at sa mga sinaunang kuwento. Alam nila ang implikasyon. Alam nila na ang ibig sabihin nito ay darating ang mga nakakabaliw na araw!

Habang lumalaki tayo sa karunungan at gumugugol ng oras sa kaluwalhatian, ang langit ay nagsisimulang magturo sa atin at magturo sa atin tungkol sa nakatagong labanan na ito. Ang tabing ay tinakpan at sinimulan nating makita na may higit pa sa mundong ito kaysa sa nakikita ng mata.

Noong 2003 ang aking mga mata ay hindi inaasahang namulat. Nagsimula ito sa sunud-sunod na pangarap.

Ipinakita sa akin ang ilang mga kaganapan sa hinaharap nang detalyado. Nakita ko ang pang-ekonomiyang depresyon noong nakaraang dekada na dulot ng mga bangko. Nakita ko ang legalisasyon ng mga mapaminsalang gamot ng pampatulog ng mga pamahalaan ng mundo. Mga gamot na ibinebenta sa pamamagitan ng mga legal na labasan. Nakita kong baluktot ang kasal. Sa isang panaginip nakita ko ang isang grupo ng mga tao na nagpakasal sa altar, dalawang lalaki at tatlong babae. Nabigla ako nang nakita ko ang radikal na Islam na sumalakay sa kulturang Kanluranin. Ipinakita rin sa akin kung paano kikilos ang pornograpiya sa midyang pangmasa at naglalayong maakit ang bata!

Hinihimok pa rin ako ng mga karanasang ito na magpatunog ng alarma. Kinasusuklaman ko ang kawalang-interes at kasiyahan ng ating basurang Telebisyon kultura. Nasa paglalayag dagat kontrol kami. Naniniwala ako na may higit pa sa ating buhay. Nararamdaman ko ito at hindi ko mabubuhay kung wala ito.

Meron pa!

Ang respetadong propetang si Paul Keith Davis ay nagkaroon din ng maraming malalim na pangitain at pangarap tungkol sa kritikal na panahon na ito. Nakaupo sa kama isang gabi, nahulog siya sa isang uri ng pinukaw na kawalan ng ulirat:

Sa karanasang ito nakita ko ang impiyerno. Nakatingin ako sa impiyerno. May nakita akong hindi nakikitang puwersa... tanggalin ang tila panakip ng butas ng tao. Nakita ko itong malaking bakal na pabilog na tarangkahan patungo sa bituka ng impiyerno. Tinawag ko itong bituka ng impiyerno sa karanasan. May sinabi ako na parang 'May huminto!' Sumisigaw ako ng may maglagay ng takip.

Nakita ko ang mga masasamang espiritu na lumalabas doon na kumakalat lang... Nakilala ko talaga ang hitsura ng ilan. Nakita ko kung ano ang hitsura

ni Adolf Hitler at Joseph Stalin at iba pang mga malupit, mga taong pinahiran ng demonyo. Nakita ko silang umahon mula sa impiyerno.

Kahit papaano ay pinahintulutan akong makita ang mga espiritung ito na nagpapakita ng kanilang sarili sa isang tunay at nakikitang paraan sa mga tao sa kanilang mga silid-tulugan... sa panaginip man o sa mga karanasan ay nakita ko itong kasamaang ibang kalibre ng anumang nakita natin noon. Nagsimula silang magpakita sa mga silid ng mga taong ito. Nakita kong sinasanay nila ang mga taong ito kung paano lumakad sa mga lugar ng kadiliman na mas malaki kaysa sa nakita natin.

Tingnan ang balita at iminumungkahi kong nagsimula na ito. Sino ang mag-aakala na ang mga grupong tulad ng ISIS sa Syria at Iraq ay gagawa ng ganitong madilim na hindi makatao na mga gawa at isiwalat ito sa buong mundo? Ang mga Bidyo at kwento ay hindi kapani-paniwala. Nakakaloka!

Pagpapatuloy ni Paul Keith:

Nang halos sobra na itong tiisin, sinabi ko, "Hindi ko na ito mapapanood!" Narinig ko ang isang tinig na nagmumula sa Langit at nagsabi, "Ang mga anak ng liwanag ay dapat tumugon sa parehong paraan." Nakita ko ang mga anghel na ito na lumalabas sa langit... Ito ang mga anghel na nakalaan para sa paghaharap sa katapusan ng panahon. Nakatayo sila

sa harapan ng makapangyarihang Diyos... Nakita ko ang mga anghel na ito na lumalabas sa langit at nagpapakita ng kanilang mga sarili sa mga silid ng mga tao... Nakita ko silang sinasanay ang mga indibidwal kung paano lumakad sa mga kaharian ng kaluwalhatian, kung paano makapasok sa kaharian ng Espiritu, kung paano maging katulad ni Juan noong sinabi niyang "Ako ay nasa Espiritu noong Araw ng Panginoon." May alam si John! Ang sikreto kung paano makapasok sa Espiritu.[2]

Ayaw mo ba niyan?

Kamakailan ay nagkaroon ako ng isang makabuluhang pangitain-pangarap tungkol sa labanang ito. Para akong nasa isang 3D na pelikula! Ang mga puwersa ng demonyo ay nakikipaglaban sa amin sa tuktok ng bundok. Mukha silang pangit na hukbo ng orc sa Lord of the Rings. Naglaban sila ng husto kaya hindi totoo. Nasa kasagsagan kami ng laban. Marahas na nagbabanggaan.

Ito ay puno!

Pagkatapos ay tumaas ang tanawin na parang agila. Nakita ko kung bakit napakabaliw nito.

Nakita ko ang mga orc ay nasa tuktok ng bundok at ganap na napapalibutan. Iyon ang kanilang huling paninindigan. Sila ay nasa matinding takot at gulat. Wala silang ibang matatakbuhan. Walang mataguan. Ipinaglalaban nila ang kanilang pag-iral.

Pagkatapos ay narinig ko ang isang naririnig na boses na sumigaw sa buong larangan ng digmaan "Panahon na para RAGASAIN!" Nakita ko sa pangitain na kung ang puwersa ng liwanag ay magtulak nang magkasama ay mabilis itong matatapos. Kung tayo ay magtatagpo at lumipat bilang isa, ang labanan ay tapos na! Nang maglaon, nalaman ko ang ibig sabihin ng salitang 'RUMAGASA' ay: "isang malakas, parang alon, pasulong na paggalaw." Ito ang dapat mangyari.

Ang aming kaibigan na si Ian Clayton ay nagtagumpay sa laban. Hindi siya natatakot sa demonyo at nakipag-away sa kanila at nanalo ng maraming beses. Tuwang-tuwang tinawag niya itong " Pagputol!" Sa aming pagpupulong sa UK, sinabi ito ni Ian:

Ang aming malaking problema ay kung ano ang nakararami (sa buhay ng Simbahan) ay nagtuturo sa mga tao tungkol sa kaligtasan. Pagtuturo sa kanila at pagbibigay kapangyarihan sa kanila na mamuhay ng buhay sa Mundo. Pangunahing iyon ang nangyayari sa buhay simbahan.

Ang pinakamalaking problema ko ay ang tanging paraan na maaari mong (tunay) na mabuhay ng buhay sa Mundo ay upang maunawaan ang buhay sa langit. Dahil anuman ang nangyayari sa langit ay may ganap na kapangyarihan at impluwensya sa anumang nangyayari, sa ibabaw ng Mundo.

Anuman ang nangyayari sa kaharian ng espiritu ay nagbabago kung ano ang nangyayari sa mukha ng Mundo. Anuman ang mga impluwensyang napunta sa itaas doon ay nagdidikta kung ano ang mangyayari sa ibabaw ng Mundo.

Hanggang sa malaman natin na tayo ay dapat na mamuno sa mga lugar na iyon at pumuwesto tayo ay patuloy na makakakuha ng isang makasalanang kalikasan na naninirahan sa mukha ng Mundo.[3]

Ang bagong mundo ay hindi darating nang walang pagtutol. Ang labanan na iyon ay nanalo o natalo sa maraming dimensyon ng pagkakaroon na nakikita at hindi nakikita. Panahon na upang matutunan ang mga paraan ng Langit. Upang maging tungkol sa gawain ng ating Ama na ang katuwiran, kapayapaan at kagalakan!

(Sinabi ni Hesus) Nakita kong nahulog si Satanas, isang kidlat mula sa langit. Tingnan kung ano ang ibinigay ko sa iyo? Ligtas na daanan habang naglalakad ka sa mga ahas at alakdan, at proteksyon mula sa bawat pag-atake ng Kaaway. Walang makakahawak sa iyo (Lucas 10:19, MSG).

Ang kaluwalhatian ng Ebanghelyo ay ang Diyos ngayon ay nabubuhay sa atin at sa pamamagitan natin sa tagumpay. Nakikilahok na tayo ngayon sa kagalakan ng hustisya. Ang kagalakan ng pagsira sa mga gawa ng kadiliman. Ang mga masasamang puwersa ay malayo na sa atin kay Kristo. Sila ay limitado sa kapangyarihan. Sa madaling salita, panalo sa liwanag!

Si Hesus ang halimbawa. Dinurog at pinahiya niya ang kalaban.

Hinubaran niya ang lahat ng mga espiritwal na maniniil sa sansinukob ng kanilang huwad na awtoridad sa krus at pinamartsa silang hubad sa mga lansangan (Col 2:15, MSG).

Dapat nating tularan ang kanyang halimbawa. Hindi ka pa ba sapat na pinagtutulakan mo? Gaya ng sabi ni Bill Johnson:

Si Satanas ay limitado sa lahat ng paraan. Ibinigay sa kanya ng Diyos ang kanyang mga regalo at kakayahan sa kanyang sariling nilikha. Hindi kailanman nagkaroon ng labanan sa pagitan ng Diyos at ni Satanas. Ang buong kaharian ng kadiliman ay maaaring tuluyang mapuksa ng isang salita. Ngunit pinili ng Diyos na talunin siya sa pamamagitan ng mga ginawa sa Kanyang sariling wangis - yaong mga sasamba sa Diyos sa pamamagitan ng pagpili.[4]

Tayo ang may kapangyarihang hubugin ang kinabukasan. Kung ang mundo ay magulo ito ay dahil hindi pa natin nakukuha ang Ebanghelyo. Hindi namin ito lubos na naiintindihan:

Ang pangunahing misyon ni Hesus ay buod sa isang linyang ito: "Sa layuning ito ay nahayag ang Anak ng Diyos, upang Kanyang wasakin ang mga gawa ng diyablo" (1 Juan 3:8). Iyon ang atas ni Hesus; ito ay atas ng mga disipulo at ito ay iyong atas din. Ang layunin ng Diyos sa pagliligtas sa iyo ay hindi lamang para iligtas ka at panatilihing abala ka hanggang sa ipadala ka Niya sa Langit. Ang kanyang layunin ay mas malaki; Inatasan ka niya na ipakita ang kalooban ng Diyos, "sa lupa gaya ng nasa langit," na tumutulong na baguhin ang planetang ito sa isang lugar na nagniningning at puspos ng Kanyang kapangyarihan at

presensya. Ito ang pinaka gulugod ng Mahusay na Komisyon, at dapat itong tukuyin ang iyong buhay at ang buhay ko.[5]

Tulad ng sinabi ng manunulat ng kanta sa UK na si Godfrey Birtill:

Sapat na - ay sapat na - ay sapat na - ay sapat na!![6]

Oras na ng makaganti! Nararamdaman mo ba ito sa Espiritu?

Ang aming henerasyon ay telegramahan para sa labanan. Nakatali ng kawad para sa tagumpay.

Ang iyong mga tao ay kusang-loob na mag-aalay ng kanilang mga sarili [upang lumahok sa Iyong labanan] sa araw ng Iyong kapangyarihan (Salmo 110:3, AMP).

May isang mahusay na labanan na darating. Huwag kang matakot. Ang Diyos ay nabubuhay sa iyo!

MAPANGHALINANG KAPANGYARIHAN

Sapagkat hindi tayo nakikipagpunyagi laban sa mga tao, kundi laban sa mga pinuno, mga awtoridad at mga kapangyarihan sa daigdig (Eph 6:12).

Sa huling kabanata, napagtanto namin na ang mundo ng "KAINOS" ay hindi darating nang walang laban at ang henerasyong ito ay handa para dito! Mayroon tayong Hustisya na nag-aalab sa ating dugo at sumasabog ang pananampalataya mula sa ating mga puso. Hinatulan tayo ng Krus sa tagumpay! Ito ay hindi maiiwasan!

Tulad ng liwanag ng bukang-liwayway na gumagalaw sa ibabaw ng mga bundok, isang malaking hukbo ang darating. Wala pang katulad nito at hindi na mauulit...

Walang takot at walang takot, hindi natitinag, hindi napigilan (Joel 2, MSG).

Handa ka na? Gusto kitang tulungan. Tingnan natin ang ilang tunay na espirituwal na sitwasyon ng labanan. Punan ang ilan sa mga patlang. Tandaan na ang ating labanan ay hindi digmaan ng tao o limitado sa pisikal na mundong ito.

Hindi tayo nakikipagdigma sa mga kaaway ng laman at dugo lamang. Hindi, ang laban na ito ay laban sa mga maniniil, laban sa mga awtoridad, laban sa mga higit sa karaniwan na kapangyarihan at mga demonyong prinsipe na dumudulas sa kadiliman ng mundong ito, at laban sa masasamang espirituwal na hukbo na nakatago sa mga makalangit na lugar. (Eph 6:12, VOI).

Upang pag-usapan ito, kailangan nating maging kakaiba.

Maging tapat tayo. Kung nabubuhay ka sa Espiritu makakakita ka ng ilang talagang kakaibang bagay. Sinasabi ng ilang mga tao na ang lahat ng ito ay gawa-gawa, lahat ng ito ay gawa-gawa. Grabe mali sila! Ito ay totoo.

May iba pang lumitaw sa langit. Ito ay isang malaking pulang dragon na may pitong ulo at sampung sungay, at isang korona sa bawat isa sa pitong ulo nito (Apoc 12:3, CEV).

Ang pagbabasa ng aklat ng Rebelasyon ay parang pagpunta sa ligaw na pagsakay sa pantasya. Nakakabaliw!

Narinig ko ang tinig ng ikaapat na nilalang na buhay na nagsasabi, "Halika at tingnan mo." Kaya't tumingin ako, at nagmasid, isang maputlang kabayo. At ang pangalan ng nakasakay doon ay Kamatayan, at si Hades ay sumunod sa kanya (Rev 6:7).

Kung madali kang magulat, baka hindi pa tama ang kabanata na ito para sa iyo. Balikan mo ito.

Magiging tapat na lang ako. Hindi ako naghanap ng anuman dito. Hinabol ko ang Diyos. Ginugol ang mga taon sa pagbabad sa presensya. Unti-unti, nakita ko ang higit pa tungkol sa kung paano gumagana ang mundo.

Kinailangan naming dahan-dahang matutong harapin ang mga basura. Mga kakaibang nilalang tulad ng mga dragon, kakaibang dimensyonal na nilalang, mga espiritu ng tubig, pag-aari ng demonyo, mga bagyo, madilim na orbs, mga bagay na mukhang payat na matataas na ogres, kahit na mga mangkukulam ng tao. Ang labanan ay dumating sa amin!

Sa pisikal tayo ay dinumog ng galit na mga tao. Nakita ang mga taong relihiyoso na namumula sa galit. Halos maaresto sa mga lansangan.

May nagtangkang pumatay sa akin sa isang pulong ng kabataan sa France. Lahat ay pinukaw ng mga demonyong kapangyarihan. Ang bagay na ito ay totoo!

Maraming basura ang Mundo. Gaanon talaga ito ngayon.

Hanggang sa pagpapanumbalik ng lahat ng bagay, mayroon tayong laban na dapat ipaglaban at isang mundo na dapat baguhin. Kung gusto mong sakupin ang mga bundok kailangan mong simulan ang anumang mga huwad na diyos na maaaring naroroon. Ganoon talaga ito ngayon.

Ang mga madilim na pwersang ito ay lumaban sa Langit sa loob ng mahabang panahon. Masyado silang kumpiyansa at mapagmataas. Kumbinsido silang mananatili sa lupa. Bumisita ako sa 'Cabal' sa Espiritu. Sila ang pinaka mayabang, may tiwala sa sarili na mga nilalang na maaari mong isipin. Hindi ko masasabi sa iyo kung gaano sila kapuri-puri. Magara ang pananamit, makasarili at magarbo. Nagpapakain sa alikabok ng sangkatauhan.

Magiging maluwalhati na makita ang katapusan ng kanilang panahon! Naiisip mo ba?!

Upang maunawaan kung paano manalo sa digmaan, dapat nating tingnan muli si Hesus. Si Hesus ay pinangunahan ng Espiritu sa pakikipaglaban. Sa katunayan, ang Diyos mismo ang nagtakda sa atin para sa tagumpay.

Ngayon si Hesus, na puspos ng Banal na Espiritu, ay umalis sa Jordan at inakay ng Espiritu sa masukal. Sa loob ng apatnapung kasukalang mga araw at gabi ay sinubok siya ng Diyablo (Lucas 4:1, MSG).

Ito ang lugar ng tunay na kaligtasan at kagalakan. Pamumuhay sa Espiritu. Ang kapanahunan ay pinangungunahan.

Sapagkat ang lahat ng pinapatnubayan ng Espiritu ng Diyos ay mga (ganap) na mga anak ng Diyos (Rom 8:14).

Kaya ano ang sumunod na nangyari? May ideya ang propetikong manunulat na si Rick Joyner. Ipinakita kay Rick sa isang serye ng mga karanasan ang nangyari. Itinala niya ito sa Nung ang Diyos ay naglakad sa Mundo.[1]

Lumakad si Hesus sa disyerto sa ilalim ng ulap ng kadiliman na hindi pa nasaksihan sa lupa dati. Mga demonyo ng bawat uri ay nagkukumpulan sa pamamagitan ng kalagitnaan ng langit sa paligid at sa itaas ng kasukalan.

Nakita ni Rick ang mga demonyong sangkawan na umiikot sa rehiyon na nagdadala ng bigat at depresyon sa lugar. Nag-uudyok ng hindi pagkakaunawaan at mga bagyo. Sa kalaunan ay nagpakita si Satanas. Mayroon siyang isang layunin, ang akitin si Hesus na lumayo sa kalooban ng Ama.

Si Lucifer ay nakatayo sa kanyang pinaka maluwalhating kasuotan - higit na nakamamangha kaysa sa naisip ng sinumang makalupang hari. Napakabait at kaakit-akit ng kanyang mukha, kahit sinong bata ay madaling lumapit sa kanya. Nakilala siya kaagad ni Hesus at tumayo siya para harapin siya.

Si Hesus ay hindi naantig sa anyo o pang-aakit. Nanatili siyang mapagpakumbaba na masunurin sa Ama. Nakaangkla sa kanyang pag-ibig. Handang magdusa alang-alang sa sangkatauhan. Nakita niya ang isang bagay sa atin na nagkakahalaga ng pag-aalay ng kanyang buhay. Nakita niya kung ano ang magiging tayo. Kanyang Nobya.

Gusto ko ang sumunod na nakita ni Rick. Ang ganda. Labis na kagalakan sa tagumpay, si Michael at ang mga anghel ay pumila sa kasukalan upang aliwin at parangalan siya. Bumukas ang kalangitan.

Para sa isang libong milya sa bawat direksyon ang langit ay kumikinang sa mga espada ng mga hukbo ng mga anghel na inilabas upang sumaludo sa kanya. Sa Langit ang kaluwalhatian ng pagdiriwang ay mas dakila kaysa sa nasaksihan noon. Bawat anghel, bawat kerubin, bawat nilikhang nilalang sa Langit, ay umawit, sumayaw, at nagalak kasama ang lahat ng nasa loob nila. Nagwagi ang katotohanan!

Habang nagsimulang maglakad si Hesus sa maalikabok na daan mula sa kasukalan, nararamdaman na Niya ngayon ang kasiyahan ng Ama. Lahat ng mga anghel na nakahanay sa daan, na may mga espadang nakabunot bilang pagpupugay habang nakayuko sila sa isang tuhod, ay nararamdaman din ang kasiyahan ng Ama. Ito ang pagkain ng mga anghel. Ilang oras bago ito naging pinakamadilim sa mga panahon, at ngayon ito na ang pinakamaliwanag. Gaano kabilis nagbago ang lahat!

Gusto ko yan. Kumuha ng lakas ng loob kaibigan, kung ikaw ay nasa panahon din ng pagsubok. Humawak ng mabilis. Masisira ang bagyo. Ang Diyos ay tapat at makikita ka niya, nang may labis na kagalakan at karangalan!

Ang pag-iyak ay maaaring tumagal ng isang gabi, ngunit ang kagalakan ay dumarating sa umaga (Mga Awit 30:5).

Kasunod ni Kristo, ang unang simbahan ay nanalo ng malalaking teritoryo. Ang 120 ay hindi napigilan. Mas lumalaban ang kadiliman, mas malaki ang paglawak. Kahit na ang pagiging martir ay nagtanim ng apoy, at kumalat ito sa buong mundo ng mga Romano sa loob ng isang henerasyon.

Sa pagtanggi sa katiwalian ng Roma, lumitaw ang matapang na maliliit na komunidad. Sila ang mga "Amang Tumakas". Marahil ay narinig mo na ang tungkol sa kanila? Sa disyerto ay natagpuan nila ang Eden.

Isa sa una ay si St. Antony ng Egypt[2]. Ibinigay niya ang kanyang sarili sa malalim na panalangin at pag-aayuno. Sa kanyang hamak na tahanan, nag-iisa, nahirapan si Antony sa matinding labanan ng mga demonyo.

Biglang nagkaroon ng ingay na naging sanhi ng marahas na pagyanig sa lugar: lumitaw ang mga butas sa dingding at bumuhos ang isang pulutong ng iba't ibang uri ng demonyo. Kinuha nila ang mga hugis ng mga ligaw na hayop at ahas at agad na napuno ng mga multo ang buong lugar sa anyong mga leon, toro, lobo, ulupong, ahas, alakdan at maging mga leopardo at oso, na rin. Lahat sila ay gumawa ng mga ingay ayon sa kanilang indibidwal na kalikasan... Ang mukha ng bawat isa sa kanila ay may dala na mabagsik na ekspresyon at ang tunog ng kanilang mabangis na boses ay nakakakilabot.

Si Antony, binugbog at nagulpi... ay nanatiling hindi natatakot, ang kanyang isip ay alerto... kahit na ang mga sugat ng kanyang laman ay nagpadaing sa kanya, siya ay nananatili sa parehong pag-uugali at nagsalita na parang tinutuya ang kanyang mga kaaway "Kung mayroon kang anumang impluwensya, kung ang Panginoon ay binigyan ako ng kapangyarihan, tingnan mo, dito

Ako: lamunin mo ako. Ngunit kung hindi mo magawa, bakit ka gumugugol ng napakaraming walang kwentang pagsisikap? Dahil ang tanda ng krus at pananampalataya sa Panginoon ay para sa amin ay isang pader na hindi masisira ng anumang pagsalakay mo."

Sa kabila ng malaking palabas, limitado ang kalaban. Ang krus ay nanalo na sa bawat laban. Ang mahal na santo, na naantig ng Pag-ibig ay nagpatuloy sa pagdarasal ng Mga Awit. Nakatingin kay Hesus.

Itinaas ni Antony ang kanyang mga mata, nakita niya ang bubong na bumubukas sa itaas niya at, nang mawala ang dilim, isang sinag ng liwanag ang bumuhos sa kanya. Sa sandaling lumitaw ang maliwanag na liwanag na ito, ang lahat ng mga demonyo ay naglaho at ang sakit sa katawan ni Antony ay biglang tumigil. Bukod dito, ang gusali na nawasak kanina ay naibalik. Naunawaan kaagad ni Antony na naroroon ang Panginoon. Bumuntong-hininga nang malalim mula sa kaibuturan ng kanyang puso, hinarap niya ang liwanag na nagpakita sa kanya, sinasabing, 'Nasaan ka, mabuting Hesus? Bakit wala ka rito sa simula pa lamang upang pagalingin ang aking mga sugat?' At isang tinig ang dumating sa kanya na nagsasabing, 'Antony, narito ako, ngunit naghihintay akong panoorin ang iyong pakikibaka. Ngunit ngayon, dahil buong tapang mong pinanghawakan ang iyong sarili sa laban na ito, lagi kitang tutulungan at papasikat kita sa buong mundo... Tatlumpu't limang taong gulang noon si Antony.

Si Hesus ay tapat sa kanyang salita. Ang maliit na buhay ni Antony ay nagkaroon ng malalaking alon. Nagbigay inspirasyon sa hindi mabilang na mga tao upang bumuo ng mga panalangin ng monastiko sa komunidad. Ang mga santo ng Celtic, ang mga Franciscano, at marami pang iba ay naging inspirasyon ng kanyang halimbawa. Maging ang Roma ay humingi ng kanyang konseho.

Sa katunayan, si Satanas ay labis na nadurog ni Antony, pumunta siya sa kanyang bahay, kumatok sa pinto at nagmakaawa sa kanya na huminto. Ito ay hindi kapani-paniwala! Sabi ni Satanas (sa anyong monghe):

Ako ang dapat maawa. Tanong ko sa iyo, hindi mo ba nabasa, ang mga espada ng kaaway ay naputol magpakailanman at iyong winasak ang kanilang mga lungsod. Tingnan mo wala akong mapupuntahan ngayon; Ako ay walang lungsod; Wala akong armas ngayon. Sa lahat ng bansa at sa buong lalawigan

ay umaalingawngaw ang pangalan ni Hesus at maging ang disyerto ay puno ng mga monghe.

Hindi kataka-takang pinagtatawanan siya ng Diyos (Salmo 2:4). Nakikita mo ba kung gaano siya kahihiyan ni Hesus? Hahayaan kong sabihin sa iyo ni Antony ang susunod na nangyari.

Pagkatapos ay namangha ako at nagalak sa biyaya ng Diyos at hinarap ang demonyo ng mga salitang ito: "Sapagkat bagaman ikaw ay isang dalubhasa sa panlilinlang, napilitan kang aminin ito nang hindi nagsisinungaling. Tunay na lubos na winasak ni Hesus ang iyong mga kapangyarihan, hinubaran ka ng iyong mga karangalan bilang isang anghel, nakahiga kang gumulong sa putik." Halos hindi pa ako tapos magsalita nang bumagsak ang matangkad na ito sa pagbanggit sa pangalan ng Tagapagligtas.

Bakit ko pinili ang kwentong ito? Dahil baka may away ka ngayon. Ang pakikidigma ay hindi isang senyales na ikaw ay nasa labas ng landas. Tila mas malakas itong dumating sa landas ng tadhana. Hawakan nang mahigpit at idiin kay Hesus. Ikaw ay tinawag para sa kadakilaan.

Siguro ang lahat ng ito ay masyadong marami para sa iyo upang mahawakan? Huwag mag-alala! Nalaman kong pinalago ka ni Hesus sa pakikipaglaban nang unti-unti habang lumalago ang iyong pagtitiwala at pananampalataya sa kanya. Siya ang Mabuting Pastol na nangangalaga sa kanyang mga tupa.

Inilatag mo ang isang dulang sa harap ko, mga pagkain sa gitna ng pagsalakay ng aking mga kaaway; Inaalagaan Mo ang lahat ng aking mga pangangailangan, pinahiran mo ang aking ulo ng nakapapawi, mabangong langis, pinupuno ang aking tasa nang paulit-ulit ng iyong biyaya (Salmo 23:5, VOI).

Ang pahinga ang pinakadakilang sandata na mayroon tayo. Kapag tayo ay nagpapahinga sa Kanya, Siya ay nagpapahinga sa atin at tayo ay kumpleto. Ito ang pangwakas na tagumpay, nakaupo kasama Niya sa Kanyang trono.

Ang magtagumpay ay ipagkakaloob Ko na maupong kasama Ko sa Aking luklukan, kung paanong Ako naman ay nagtagumpay

at umupong kasama ng Aking Ama sa Kanyang luklukan (Rev 3:21).

Sana ay nakatulong ang ilan sa kabanatang ito. Marami pang sasabihin, ngunit tiwala akong ituturo sa iyo ni Hesus ang lahat ng kailangan mong malaman mula rito. Ikaw ay nasa ligtas na mga kamay!

Magtatapos tayo dito sa napakatalino na sipiin na ito mula sa "Lord of the Rings".

Isang kuwento kung saan ang maliliit na tao na tinatawag na mga hobbit, kasama ng kanilang mga kaibigang ragtag na bayani ay nagtagumpay sa pinakamatinding kadiliman sa lahat.

Parang sa mga magagandang kwento, Mr. Frodo. Ang mga talagang mahalaga. Puno sila ng kadiliman at panganib. At minsan ayaw mong malaman ang katapusan. Dahil paano magiging masaya ang wakas? Paano babalik ang mundo sa dati kung napakaraming masama ang nangyari? Ngunit sa huli, ito ay isang bagay na lumilipas lamang ang anino na ito. Maging ang dilim ay dapat lumipas. Darating ang bagong araw. At kapag sumikat ang araw ay sisikat ito ng mas malinaw.[3]

Gusto ko ng maligayang pagtatapos!

EPILOGO: HIGIT SA MUNDO – ANG KOSMIKO NA MGA IMPLIKASYON

NHindi ko matatapos ang aklat na ito nang hindi ka tinutukso ng isang huling misteryo.

Isang misteryong pinag-isipan ko sa loob ng maraming taon. Ito ay isang nakakatuwang ideya sa hinaharap upang mag inat ka sa dulo. Pag-usapan natin ang tungkol sa pamumuhay sa " Higit pa sa Mundo: Ang Kosmiko na implikasyon ng Ebanghelyo"!

Mahal ko ang Mundo. Ito ang duyan ng sangkatauhan. Kung gaano ito kahusay ngayon, alam nating mababago ito sa isang bagay na mas kahanga-hanga. Ito ay maluwalhating gagawing bago.

Ngayon nakita ko ang isang bagong Langit at isang bagong Lupa, sapagkat ang unang Langit at ang unang lupa ay lumipas na. Wala na ring dagat. Pagkatapos, ako, si Juan, ay nakita ang banal na lungsod, ang Bagong Herusalem, na bumababa mula sa Langit mula sa Diyos na inihanda tulad ng isang kasintahang babae na ginayakan para sa kanyang asawa. At narinig ko ang isang malakas na tinig mula sa Langit na nagsasabi, "Narito ang tabernakulo ng Diyos ay nasa mga tao, at Siya ay mananahan sa kanila, at sila ay magiging Kanyang bayan. Ang Diyos Mismo ay makakasama nila at magiging Diyos nila." (Rev 21:1-3).

Pagtulak sa amin sa isang ginintuang edad. Makikita natin ang Diyos. Ang lahat ng bagay ay magbabago.

Ngunit narito muli ang isa pang misteryo ng edad ng "KAINOS". Isang bagay na napakalapit sa puso ng Ama. Ito ang tungkulin ng Ecclesia sa pamamahala sa buong kosmos. Tayo ay kasamang tagapagmana ni Kristo, ng lahat ng pag-aari ng Ama.

Ang Espiritu Mismo ay nagpapatotoo kasama ng ating espiritu na tayo ay mga anak ng Diyos, at kung mga anak, kung gayon ay mga tagapagmana - mga tagapagmana ng Diyos at mga kasamang tagapagmana kasama ni Kristo (Rom 8:16-17).

LAHAT ng inaangkin ni Kristo bilang Kanyang kalooban ay sa ating lahat din (PHI).

Makapangyarihan kang mag-isip nang iba, ngunit sundin ang lohika ng maluwalhating Ebanghelyo:

Sapagkat [maging ang buong] sangnilikha (lahat ng kalikasan) ay naghihintay nang may pag-asa at nananabik na ang mga anak ng Diyos ay maipakilala [naghihintay sa pagsisiwalat, ang pagsisiwalat ng kanilang pagiging anak] (Rom 8:19, AMPC).

At ang pag-asa ay na sa wakas ang buong nilikhang buhay ay maliligtas mula sa paniniil ng pagbabago at pagkabulok, at magkakaroon ng bahagi sa kahanga-hangang kalayaang iyon na maari lamang sa mga anak ng Diyos. (Rom 8:18-21, CEB)!

Isipin iyon, lahat, saanman, ay naghihintay na mapalaya mula sa pagkabulok ng mga anak ng liwanag. Huwag palampasin ang malalim na implikasyon na nakatago sa salita. Ang Bibliya ay hindi kapani-paniwala. Hindi nito pinipigilan ang kung ano ang aming komportable. Inaanyayahan tayo nito sa kagandahan ng misteryo. Iniimbitahan tayo sa mga lugar na lampas sa ating pinakamaligaw na pangarap.

Magagawa ng Diyos ang anumang bagay, alam mo - higit pa sa maiisip mo o hulaan o hilingin sa iyong pinakamaligaw na mga pangarap! (Eph 3:20, MSG).

Pwede bang mag-usap lang tayo tungkol sa kalawakan saglit? Ang ating planeta ay lumulutang sa kalawakan. Nakikita natin ang mga bituin at buwan sa gabi. Ang espasyo ay isang mahalagang bahagi ng ating buhay.

Tumingin sa kalawakan, mayroong hindi bababa sa 13.8 bilyong liwanag kada taon ng kosmos sa kilalang uniberso na ito, puno ng mga galaksiya, bawat isa ay may bilyun-bilyong bituin, planeta at buwan. Ang ganda.

Sinasabi ng mga siyentipiko na kung maglalagay ka ng isang butas ng pin sa kalangitan sa gabi mayroong humigit-kumulang 10,000 kalawakan sa isang lugar lamang. Maaari mo bang isipin iyon? Ang isang butas ng pin ay 10,000 galaksiya!

Ano ang nasa mga kalawakan na iyon? Ang paglikha ba ng "KAINOS" ay may layunin sa kabila ng Mundo sa gitna ng mga bituin? Naiisip mo ba ito? Hindi ko na ginamit. Ngunit sa South Africa noong 2013, nakita ko ang isang aklat ng paghahayag na buksan sa isang panaginip. Nakita ko ang nakatatak na katotohanan na ngayon ay inihayag sa marami. Ang Banal na Espiritu ay gumising sa atin sa mga bagong maluwalhating posibilidad:

Ngunit sa atin ay inilantad at inihayag ng Diyos ang mga ito sa pamamagitan ng Kanyang Espiritu, sapagkat ang [Banal na] Espiritu ay masikap na naghahanap, nagsaliksik at sinusuri ang lahat ng bagay, maging ang mga malalim at napakalalim na bagay ng Diyos [ang mga banal na payo at mga bagay na nakatago at hindi masusuri ng tao] (1 Cor 2:10-12, AMPC).

Akala namin noon ay halos itim at walang laman ang espasyo. Natuklasan ng agham na ito ay mas maganda at kahanga-hanga kaysa sa naisip natin sa nakaraan. Ang kalawakan ay puno ng mga higanteng bituin, itim na butas, umiikot na mga nebula, magagandang kulay at itim na bagay (ang mahiwagang sangkap na bumubuo sa karamihan ng uniberso). Kaunti lang ang alam natin.

Iniisip ng mga siyentipiko noon na ang Mundo ang tanging planeta na angkop para sa buhay. Ngayon ay nakakahanap sila ng maraming posibleng mga planeta sa tinitirhang purok sa paligid ng mga bituin. Sabi ng nakakatandang astronomo na si Seth Shostak ng SETI Institusyon (paghahanap ng dagdag panlupa ng katalinuhan):

Ang bilang ng mga matitirahan na mundo sa ating kalawakan ay tiyak na nasa sampu-sampung bilyon, pinakamababa, at hindi pa natin napag-uusapan ang tungkol sa mga buwan. Alam mo, ang mga buwan ay maaari ding tirahan. At ang bilang ng mga kalawakan na makikita natin, maliban sa atin ay humigit-kumulang 100 bilyon. Kaya ang 100 bilyong beses na 10 bilyon ay isang libong bilyong [matitirahan na mga planeta] sa

nakikitang uniberso.[1]

Ang lahat ng ito ay nasa loob ng ating bula ng kalawakan na tinatawag na sansinukob. Baka marami pa diyan.

Maaaring hindi lamang ang uniberso na ating ginagalawan. Sa katunayan, ang ating uniberso ay maaaring isa lamang sa walang katapusang bilang ng mga uniberso na bumubuo sa isang "multiberso."[2]

Itinuturo ng kasulatan na ginawa ng Diyos ang maraming "makalangit" na mga lugar.

Sa simula ay nilikha ng Diyos ang LANGIT at ang lupa (Gen 1:1).

Ang 'Kalangitan' sa pag-uusap sa Bibliya ay maaari ding mangahulugang 'Kalawakan'. Tingnan muli ang mga talatang ito:

Aking tinitingnan ang iyong langit, ang gawa ng iyong mga daliri,

Ang buwan at mga bituin, na iyong itinalaga (Salmo 8:3).

Pagkatapos ay dinala niya siya sa labas at sinabi, "Tumingin ka ngayon sa langit, at bilangin mo ang mga bituin kung mabibilang mo sila." At sinabi Niya sa kanya, "Magiging gayon din ang iyong mga inapo." (Gen 15:5).

At mag-ingat, baka iangat mo ang iyong mga mata sa langit, at kapag nakita mo ang araw, ang buwan, at ang mga bituin, ang lahat ng hukbo ng langit, ikaw ay naudyukan na sambahin sila at paglingkuran sila. (Deut 4:9).

Tiyak na may iba pang mga sukat sa tabi natin ngayon:

Mayroong hindi nakikitang kaharian (2 Cor 4:18), ikatlong langit (2 Cor 12:2), langit ng mga langit (2 Cronica 6:18), maraming mansyon sa bahay (Juan 14:2), mga lugar sa Lupa. at sa ilalim ng Lupa (Apoc 5:3), sa loob ng Araw (Apoc 19:7) at hades o impiyerno (Luke 16:23).

Iminumungkahi ng mga teorista na mayroong sampung dimensyon. Karamihan sa kanila ay lampas sa kasalukuyang kakayahan ng agham na tumuklas. Ang iba pang mga mga teorista ay nagsasabi na maaaring mayroong higit pa. Minsan narinig kong sinabi ni Ian

Clayton na mayroong 32! Hindi ko pa siya natanong tungkol dito.

Ito ang mas kahanga-hangang kababalaghan: sa paanuman ang lahat ng ito, lahat ay naghihintay para kay Hesus na ihayag sa mga anak na "KAINOS". Ito ay naghihintay para sa ating paghahayag kasama ni Kristo sa kaluwalhatian.

Ang buong nilikha ay nasa dulo ng paa upang makita ang kahanga-hangang tanawin ng mga anak ng Diyos na dumarating sa kanilang sarili (CEB) ... halos hindi makapaghintay sa susunod na darating (MSG).

[Ang layunin ay] na sa pamamagitan ng simbahan ang masalimuot, maraming panig na karunungan ng Diyos sa lahat ng walang katapusan na pagkakaiba-iba nito at hindi mabilang na mga aspeto ay maipabatid ngayon sa mga anghelikong pinuno at awtoridad (mga pamunuan at kapangyarihan) sa makalangit na globo (Eph 3:10, AMP).

Ito ay nakasulat sa ating espirituwal na DNA upang lumayo pa tulad ni Enoc na kaibigan ng Diyos.

Nakita ni Enoc ang "lahat ng mga lihim ng langit" at siya ang unang sumulat tungkol sa Sistemang Solar. Ito ay nakatala sa Ethiopic na Aklat ng Enoch[3] na sinipi din ni Jude sa Bagong Tipan. Si Enoc ang ikapito mula kay Adan, na simbolo ng katapusan ng panahong ito.

Gusto kong imungkahi na ang Mundo ay simula pa lamang ng muling paglikha. Ito ang duyan ng sangkatauhan, ang simula ng isang kahanga-hangang paglalakbay ng pagpapalaganap ng maligayang kaayusan ng Langit sa kaguluhan, ipagkasundo ito pabalik kay Kristo, ibinabalik ito sa kagandahan ng Disenyo.

Ang kanyang patuloy na lumalawak, mapayapang pamahalaan ay hindi magwawakas. Siya ay mamamahala nang may ganap na katarungan at katarungan mula sa trono ng kanyang amang si David (TLB). Ang kanyang kapangyarihan ay lalago nang tuluyan, at ang kapayapaan ay walang katapusan (LEB). Magkakaroon ito ng... walang limitasyong paglago (GW) (Is 9:7).

Ipinapalagay namin na ang lahat ng ito ay para lamang sa hinaharap. Gayunpaman, naniniwala si Rick Joyner na ang ilan sa mga santo sa Langit ay natututo nang pamahalaan ang mga cosmic na lugar. Sa kanyang mahusay na aklat na *The Final Quest*, isinulat ni Rick ang kanyang nakita sa isang makalangit na pangitain:

Habang papalapit ako sa Upuan ng Paghuhukom ni Kristo, ang mga nasa pinakamataas na ranggo ay nakaupo rin sa mga trono na lahat ay bahagi ng Kanyang trono. Kahit na ang pinakamaliit sa mga tronong ito ay higit na maluwalhati kaysa alinmang makalupang trono nang maraming beses. Ang ilan sa mga ito ay mga pinuno sa mga gawain ng Langit, at ang iba sa mga gawain ng pisikal na paglikha, tulad ng mga sistema ng bituin at mga kalawakan.[4]

Sa palagay ko karamihan sa mga taong nagbasa ng malalim na aklat na iyon ay nakaligtaan ang mga implikasyon ng nakita ni Rick Joyner. Siguro handa na tayong makinig nang totoo? Binabasag ng Diyos ang kahon!

Isang beses ako ay lubos na nakatuon sa Diyos, nagdarasal kasama ang mga kaibigan. Bigla akong nakakakita ng napakaliwanag na liwanag. Sa loob ng ilang segundo ay mabilis akong hinila pataas sa loob ng sinag na ito. Naramdaman ko ang paggalaw ng napakabilis.

Nang walang babala, natagpuan ko ang aking sarili kasama si Hesus sa ibang bahagi ng kalawakan. Pareho kaming nakatayo sa parang buwan na nakaharap sa magandang nebula. Ito ay kahanga-hanga!

May mga anghel bilang mga bola ng buhay na liwanag na gumagalaw sa loob at labas ng mga ulap ng nebula na sumasamba sa Diyos. Ang mga alabok na ulap ay makulay na may mga pula at dalandan. Mayroong isang nakamamanghang asul na planeta sa malapit na may mga singsing tulad ng Saturn. Napuno nito ang halos lahat ng kalangitan. Ito ay makapigil-hininga!

Pagkaraan ng napakaikling panahon, ako ay hinila pabalik nang walang babala sa silid ng panalangin, puno ng Banal na Espiritu, nagtataka kung bakit ito nangyari. Sa tingin ko tulad ng lahat ng magagaling na artista, nais ni Hesus na ipakita sa akin ang kaunti sa

Kanyang ginawa. Ang lahat ng ito ay nilikha Niya at para sa Kanya. Ang kamangha-manghang bagay, gustung-gusto niyang ibahagi sa atin ang Kanyang nilikha! Mahal niya tayo!

Sapagka't sa pamamagitan niya ay nilalang ang lahat ng mga bagay na nasa langit at nasa lupa, nakikita at hindi nakikita, maging mga luklukan o mga paghahari o mga pamunuan o mga kapangyarihan. Ang lahat ng bagay ay nilikha sa pamamagitan Niya at para sa Kanya (Col 1:16).

Ginawa ni Hesus ang lahat. Hindi tayo dapat matakot dito. Ito ay bahagi ng Kanyang buhay at ngayon ay atin bilang mga nakiisa sa Kanya sa pagkakaisa. Alam kong medyo iba ang lahat ng ito sa nakasanayan nating pag-usapan. Sa iyong paglaki mas marami kang malalaman. Ito ay sa pamamagitan ng Banal na Disenyo!

Bilang konklusyon, sa lahat ng isinulat ko sa aklat na ito, lubos akong naniniwala na ang darating ay walang makasaysayang pamarisan. Ito ay hindi lamang isang pag-uulit ng mga nakaraang muling pagbabangon o pagbuhos (gaya ng pagmamahal at pagpaparangal natin sa nakaraan). Walang isip-kahon ang maaaring maglaman ng walang limitasyong Kristo sa atin.

Naunawaan ni apostol Pablo ang katotohanang ito at sinabi niya:

Hindi ako sumusuko sa pagdarasal para sa iyo; at ito ang aking dalangin. Na ang Diyos ng ating Panginoong Hesukristo at ang maluwalhating Ama, ay magbibigay sa iyo ng espirituwal na karunungan at kaunawaan upang higit na makilala siya: upang matanggap mo ang panloob na liwanag ng espiritu na magpapaunawa sa iyo kung gaano kalaki ang pag-asa kung saan ka niya tinatawag - ang karilagan ng mana na ipinangako sa mga Kristiyano - at kung gaano kalaki ang kapangyarihang magagamit natin na naniniwala sa Diyos (Eph 1:17-19, PHI).

Pupunta tayo sa pagitan ng bituin transdimensyonal at walang kamatayan.

Anuman ang darating sa hinaharap ay kasangkot sa kosmos. Sa pamamagitan man ng pagsulong ng kalawakan at dami ng teknolohiya, "KAINOS" teleportasyon o simpleng pag-aaral na kumilos nang mas ganap sa Kaharian ng Espiritu na lampas sa ating mga katawan, alam kong lumalaki tayo sa isang mas malaking larawan. Inaakay tayo ng Diyos sa isang bagong mundo at hindi na tayo lilingon pa!

Ang mga huling henerasyon sa mundong ito ay mabubuhay sa pinakadakilang pakikipagsapalaran na nakilala ng mundo.[5]

Tunay, sasabihin nating iniligtas ng Diyos ang pinakamahusay na alak hanggang sa huli!

PAGSASALIN SA BIBLIYA

Maliban kung iba ang sinabi, ginamit ko ang Bagong King James Bersiyon (NKJV, karapatang ari © 1982 ni Thomas Nelson) para sa mga sipi ng Bibliya sa aklat na ito. Ang mga karagdagang pagsasalin na ginamit ko ay ang mga sumusunod:

AMP - Amplified Bible Karapatang-ari © 2015 ng The Lockman Foundation, La Habra, CA 90631

AMPC - Amplified Bible, Klasikong Edisyon, Karapatang-ari © 1954, 1958, 1962, 1964, 1965, 1987 ng The Lockman Foundation

BE – Bible in Basic English, Karapatang-ari © 1965 ng Cambridge Press sa England

CEV - Contemporary English Version, Copyright © 1995 ng American Bible Society

CJB - Complete Jewish Bible, Karapatang-ari © 1998 ng David H. Stern

DAR - Darby Translation, Public Domain

DLNT - Disciples' Literal New Testament, Karapatang-ari © 2011 Michael J. Magill. Lahat ng Karapatan ay Nakalaan. Inilathala ni Reyma Publishing

DRB - Douay-Rheims 1899 American Edisyon, Public Domain

ERV - Easy-to-Read Version, Karapatang-ari © 2006 ng Bible League International

GW - GOD'S WORD Translation Karapatang-ari © 1995 ng God's Word to the Nations. Baker Publishing Group

HCSB - Holman Christian Standard Bible, Karapatang-ari © 1999, 2000, 2002, 2003, 2009 ng Holman Bible Publishers, Nashville Tennessee.

ISV - International Standard Version, Karapatang-ari © 1995-2014 ng ISV Foundation. Davidson Press, LLC.

KJV - King James Version, Public Domain

KNO – The New Testament Paperback, Karapatang-ari © 1997 ng Ronald A. Knox.

LEB - Lexham English Bible 2012 ng Logos Bible Software. Ang Lexham ay isang rehistradong tatak pangkalakal ng Logos Bible Software

MIR - The Mirror Bible, Karapatang-ari © 2012 ng Francois du Toit.

MSG - The Message (MSG) Karapatang-ari © 1993, 1994, 1995, 1996, 2000, 2001, 2002 ng Eugene H. Peterson

NLT - New Living Translation, Karapatang-ari © 1996, 2004, 2007, 2013 ng Tyndale House Foundation. Tyndale House Publishers Inc., Carol Stream, Illinois 60188. Lahat ng karapatan ay nakalaan.

NLV - New Life Version, Karapatang-ari © 1969 ng Christian Literature International

NOG - Names of God Bible, The Names of God Bible (without notes) Karapatang-ari © 2011 ng Baker Publishing Group.

PAS - The Passion Translation, Karapatang-ari © 2014, ng Brian Simmons

PHI - The New Testament in Modern English ni J.B Philips karapatang-ari © 1960, 1972 J. B. Phillips. Pinangangasiwaan ng The Archbishops' Council ng Simbahan sa England.

TLB - The Living Bible, Karapatang-ari © 1971 ng Tyndale House Foundation

TCNT -Twentieth Century New Testament, Karapatang-ari © 2013 ng Paglalathala sa Hardpress.

WE - Worldwide English (Bagong Tipan) Karapatang-ari © 1969, 1971, 1996, 1998 ng Mga Lathalaing Pang-edukasyon ng SOON

WMS - The New Testament in the Language of the People Translated from the Greek by Charles B. Williams, Karapatang-ari © 1972 Paglalathala sa Moody

WNT - The Weymouth New Testament (kilala rin bilang Ang Bagong Tipan ng Modernong talumpati) Karapatang-ari © 1903, James Clarke & Co (London)

VOI - The Voice, The Voice Bible Karapatang-ari © 2012 Thomas Nelson, Inc. Ang pagsasalin™ ng Boses © 2012 Ecclesia Bible Society

MGA SANGGUNIAN

Paunang Salita: Ang Liwayway

(1) Larry Randolph, *Spirit Talk, Hearing the Voice of God*. MorningStar Publications (2005).

(2) C. S. Lewis, *Mere Christianity*. Quote accessed via www.goodreads.com

(3) Rick Joyner, *A Prophetic Vision for the 21st Century*. Thomas Nelson Publishers, 1999.

(4) Patricia King, *Spiritual Revolution: Experience the Supernatural in Your Life*. Destiny Image (2006).

Unang Bahagi – Panimula
Ang Paparating na Pag-aani

(1) Rick Joyner, *Visions of the Harvest - Updated and Expanded*. E-Book Edition. Distributed by MorningStar Publications, Inc (2013).

Ang "KAINOS" na mga Anak

(1) James Strong. *Strong's Biblical Dictionary* published in 1800. Accessed online via www.blueletterbible.org.

(2) W.E. Vine's M.A., *Expository Dictionary of New Testament Words* published in 1940 and without copyright.

Mahiwagang Ka-Misyon

(1) Patricia King, *Spiritual Revolution, Experience the Supernatural in Your Life Through Angelic Visitations, Prophetic Dreams, Visions, and Miracles*. Destiny Image (2006).

(2) Rick Joyner, find out more via www.morningstarministries.org.

Ika-dalawang Bahagi – HIGIT SA TAO Kabanata Una – Nabubuhay mula sa Zion

(1) Paul Keith Davis, find out more via www.whitedoveministries.org.

(2) Roland H. Buck, *Angels on Assignment*. Whitaker House (1979).

(3) Rick Joyner, *The Sword and the Torch*. Morningstar Publications (2003).

(4) James Maloney, *Ladies of Gold: The Remarkable Ministry of the Golden Candlestick*, Volume One: 1. Answering the Cry Publications (2011).

(5) Rick Joyner, *The Sword and the Torch*. Morningstar Publications (2003).

(6) Martin Luther King, Jr. quote from BrainyQuote.com.

(7) Ian Clayton's resources are available at www.sonofthunder.org.nz.

Kabanata Dalawa – Mala-Anghel na Komunidad

(1) Bobby Connor, https://companyofburninghearts.wordpress.com/2011/10/14/other-voices- bobby-conner-wisdom/ (2011).

(2) Richard Sharpe, *Adomnan of Iona - Life of St Columba*. Penguin Books (1995).

(3) Randy Clark, *Kingdom Foundations* - a conference in Cardiff, Wales (2013).

(4) John Paul Jackson, quote taken from a live recording in England, UK. Find out more about John Paul at www.streamsministries.com.

(5) Roland H. Buck, *Angels on Assignment*. Whitaker House (1979).

(6) Gary Oates, *Open My Eyes, Lord: A Practical Guide to Angelic Visitations and Heavenly Experiences*. Open Heaven Publications (2004).

Kabanata Tatlo – Ulap ng mga Saksi

(1) C. S. Lewis, via www.goodreads.com.

(2) Rick Joyner, *The Final Quest*. MorningStar Publications (1996).

(3) Roberts Liardon, *We Saw Heaven*. Destiny Image (2000).

(4) Godfrey Birtill, *Two Thousand Years Ago*. 2012 © Thankyou Music UK.

(5) James Innell Packer and Thomas C. Oden, *One Faith The Evangelical Consensus*. InterVarsity Press (2004).

(6) Rev. Fr. Angelo Pastrovicchi, *St. Joseph of Copertino*. TAN Books (1980).

(7) Saint Francis of Assisi, via www.goodreads.com.

(8) Paul Keith Davis, from a live conference teaching session. Find more Paul Keith teachings via www.whitedoveministries.org.

Kabanata Apat – Telepatiko sa pamamagitan ng Disenyo

(1) Upton Sinclair, *Mental Radio*. Read Books Ltd (2013).

(2) Hans Berger, quoted from http://news.discovery.com/human/life/love-telepathy-is-it-real-120212.htm.

(3) Quote accessed via http://www.spiritscienceandmetaphysics.com/scientific- proof-our-minds-are-all-connected/.

(4) Quote accessed via http://www.dailymail.co.uk/news/article-2745797/Scientists-claim-telepathy-success-sending-mental-message-one-person-4-000- miles-away.html.

Kabanata Lima – Telepatikong Ehe: Isang Katawan

(1) David Humphries, *The Lost Book of Enoch*. Cambridge Media Group (2006).

(2) Jan Johnson, *Madame Guyon*. Bethany House Publishers (1998).

- Joan Carroll Cruz. *Mysteries, Marvels, Miracles in the Lives of the Saints*. Tan Books and Publishers (1997).

(3) As above.

Kabanata Anim – Malayong Paningin

(1) https://en.wikipedia.org/wiki/Remote_viewing

(2) Richard Sharpe, *Adomnan of Iona - Life of St Columba*. Penguin Books (1995).

(3) Lyrics available at: http://www.metrolyrics.com/a-whole-new-world-lyrics-aladdin.html

Kabanata Pito – Napuno ng Kaalaman

(1) Definition of "Infused Knowledge" obtained from http://www.catholicculture.org/culture/library/dictionary/index.cfm?id=34207

(2) Kathie Walters, *Celtic Flames*. Good News Ministries (1999).

(3) John G. Lake, *John G. Lake: His Life, His Sermons, His Boldness of Faith*. Kenneth Copeland Publishing (1995).

(4) David Humphries, *The Lost Book of Enoch*. Cambridge Media Group (2006).

Kabanata Walo - Mapaghimalang Transportasyon

(1) John Paul Jackson, quote taken from a live recording in England, UK. Find out more about John Paul at www.streamsministries.com.

(2) As above.

(3) Joan Carroll Cruz. *Mysteries, Marvels, Miracles in the Lives of the Saints*. Tan Books and Publishers (1997).

(4) As above.

(5) As above.

(6) You can find out more by listening to our FREE Podcast called "*Transrelocation with Ian Clayton*".

Available at http://companyofburninghearts.podomatic.com or iTunes.

Kabanata Siyam - Pagbabagong-anyo

(1) David Adam, *Walking the Edges, Living in the Presence of God*. Society for Promoting Christian Knowledge, Bookmarque Ltd (2003).

(2) Joan Carroll Cruz. *Mysteries, Marvels, Miracles in the Lives of the Saints*. Tan Books and Publishers (1997).

(3) Cassandra Eason, *Fabulous Creatures, Mythical Monsters, and Animal Power Symbols: A Handbook*. Greenwood Publishing Group (2008).

(4) Available FREE at: http://companyofburninghearts.podomatic.com.

Kabanata Sampu - Mga Pagbabagong Dimensyonal

(1) Julian of Norwich. Quote accessed via: http://jordandenari. com/2013/11/08/more-in-heaven-wisdom-from-julian-of- norwich/.

(2) Joan Carroll Cruz. *Mysteries, Marvels, Miracles in the Lives of the Saints*. Tan Books and Publishers (1997).

(3) As above.

(4) Brother Yun with Paul Hattaway, *The Heavenly Man: The Remarkable True Story Of Chinese Christian Brother Yun*. Monarch Books (2002).

(5) Michael Van Vlymen, *Supernatural Transportation, Moving Through Space, Time and Dimensions for the Kingdom of Heaven*. Ministry Resources (2016).

(6) Nancy Coen's teachings are available through Benji Fiordland at www. revivalschoolnz.com.

Kabanata Labing-isa - Inedia: Matagal na Pag-aayuno

(1) John Crowder, *The Ecstasy of Loving God: Trances, Raptures, and the Supernatural Pleasures of Jesus Christ*. Destiny Image (2008).

(2) Kathie Walters, *Celtic Flames*. Good News Ministries (1999).

(3) Brother Yun with Paul Hattaway, *The Heavenly Man: The Remarkable True Story Of Chinese Christian Brother Yun*. Monarch Books (2002).

(4) Joan Carroll Cruz. *Mysteries, Marvels, Miracles in the Lives of the Saints*. Tan Books and Publishers (1997).

(5) For more on this listen to our Podcast teaching - *Life and Immortality*. Available FREE at: http://companyofburninghearts.podomatic.com. (March 2015)

Kabanata Labing-dalawa - Higit sa Pagtulog: Pagtubos ng Gabi

(1) Paul Keith Davis, speaking at the "Promised Land" workshop in Chester UK with MorningStar Europe (Nov 2015). Visit www.morningstareurope. org for more info.

(2) Nancy Coen's teachings are available through Benji Fiordl and at www.revivalschoolnz.com. Highly recommended!

(3) David Adam, *Aidan, Bede, Cuthbert: Three Inspirational Saints*. Society for Promoting Christian Knowledge, Bookmarque Ltd (2006).

(4) W. Heywood, *The Little Flowers of St. Francis of Assisi*. Arrow Books Ltd (1998).

(5) Montague Summers, *Physical Phenomena of Mysticism*. Kessinger Publishing Co (2003).

(6) James Strong. Strong's *Biblical Dictionary* published in 1800. Accessed online via www.blueletterbible.org.

Kabanata Labing-tatlo - Kasanayang higit sa Paglikha

(1) John Paul Jackson. Quoted from: http://www.streamsministries. com/ resources/discipleship/some-thoughts-about-the-earth-and-righteousness.

(2) Supernatural weather miracle - http://www.telegraph.co.uk/finance/ newsbysector/retailandconsumer/8985975/Shops-feel-the-chill-as-country- basks-in-mild-winter.html.

(3) W. Heywood, *The Little Flowers of St. Francis of Assisi*. Arrow Books Ltd (1998).

(4) David Adam, *Aidan, Bede, Cuthbert: Three Inspirational Saints*. Society for Promoting Christian Knowledge, Bookmarque Ltd (2006).

(5) John Sandford and Mark Sandford, *Healing the Earth... A Time for Change*.
BT Johnson Publishing (2013).

(6) R. H. Charles, *The Book of Jubilees. From "The Apocrypha and Pseudepigrapha of the Old Testament"*. Oxford Clarendon Press (1913).

(7) John Sandford and Mark Sandford, *Healing the Earth... A Time for Change*. BT Johnson Publishing (2013).

Kabanata Labing-apat - Ang Makalangit na Tunggalian

(1) David Humphries, *The Lost Book of Enoch*. Cambridge Media Group (2006).

(2) Paul Keith Davis, *The Days of Noah* audio teaching series. Available to purchase at www.whitedoveministries.org.

(3) Ian Clayton from a live teaching at "*Beyond the Veil*" with COBH. Find teaching resources at: www.sonofthunder.org.nz.

(4) Bill Johnson, *Hosting the Presence: Unveiling Heaven's Agenda*. Destiny Image (2012).

(5) Bill Johnson, *Spiritual Java*. Destiny Image (2010).

(6) Godfrey Birtill, *Hijacked into Paradise*. Whitefield Music (2009).

Kabanata Labing-lima - Mapanghalinang Kapangyarihan

(1) Rick Joyner, *When God Walked the Earth*. MorningStar Publications (2007).

(2) Carolinne White, *Early Christian Lives*. Penguin Books (1998).

(3) J. R. R. Tolkien, via http://www.councilofelrond.com/moviebook/4-07-the- stories-that-really-matter/.

Epilogo: Higit sa Mundo - Ang Kosmiko na mga Implikasyon

(1) Seth Shostak. Quoted from: http://www.huffingtonpost. com/2014/06/24/ habitable-planets-seth-shostak_n_5527116.html.

(2) Clara Moskowitz. Quoted from: http://www.space.com/18811-multiple- universes-5-theories.html.

(3) David Humphries, *The Lost Book of Enoch*. Cambridge Media Group (2006).

(4) Rick Joyner, *The Final Quest*. MorningStar Publications (1996).

Rick Joyner, *The Apostolic Ministry*. MorningStar Publications (2004).

Bonus Chapter: Walking on Air

(1) John Crowder, *The Ecstasy of Loving God, Trances, Raptures and the Supernatural Pleasures of Jesus Christ*. Destiny Image (2009).

(2) Teresa of Avila and J. Cohen, *The Life of Saint Teresa of Avila by Herself*. Penguin Books (1987).

(3) As above.

(4) Joan Carroll Cruz. *Mysteries, Marvels, Miracles in the Lives of the Saints*. Tan Books and Publishers (1997).

(5) Raymond of Capua, *The Life of St. Catherine of Sienna*. Public Domain.

(6) Joan Carroll Cruz. *Mysteries, Marvels, Miracles in the Lives of the Saints*. Tan Books and Publishers (1997).

(7) Rev. Fr. Angelo Pastrovicchi, *St. Joseph of Copertino*. TAN Books (1980).

(8) John G. Lake, *John G. Lake: His Life, His Sermons, His Boldness of Faith*. Kenneth Copeland Publishing (1995).

PASOBRA NA KABA— NATA: NAGLALAKAD SA HANGIN

Ang iyong makulay na kagandahan ay pumasok sa loob namin - napakabuti mo sa amin! Naglalakad kami sa hangin! (Mga Awit 89, MSG).

Ah nahanap mo na ang sikretong kabanata! Tulad ng isang dagdag na eksena sa mga kredito ng pelikula, naisip ko na magiging masaya na pumiga sa isa pang "KAINOS" na ideya. Sumulat ako ng ilang iba pang mga kabanata na hindi naisama sa panghuling pagbawas, ngunit hindi ko ito maiiwan. Sobrang saya lang ng "KAINOS"!!

Paglutang sa hangin!

Kung gusto mo pa ng kaunti, basahin mo na lang... eto na!

Dumating si Hesus at ibinalik tayo sa dati nating dapat na kinaroroonan. Sa kanyang huling pagkilos bago bumalik sa Langit, lumutang siya sa lupa at naglaho.

Nang matapos Niya ang atas na ito, nagsimula siyang bumangon mula sa lupa sa harap ng kanilang mga mata hanggang sa tinakpan siya ng mga ulap sa kanilang paningin (Acts 1:9, VOI).

Sa tingin ko, ginawa ito ni Hesus para ipakita sa mundo, ang mga anak ang nagmamay-ari ng langit. Ang sinumang nagmamay-ari ng langit ay siyang mananalo sa digmaan.

Marami ang sumunod sa mga yapak ni Hesus at lumutang paitaas. Daan-daang mga santo Katoliko ang nakitang gumagawa nito. At ilan pa ang nakagawa nito nang pribado?

Sino itong mga lumilipad na parang ulap? (Ay 60:8).

Ang himalang ito ay tinatawag na 'Paglutang sa hangin' o 'Pag-akyat sa langit'. Ito ay isa sa mga pangyayari ng mistikong panalagin, kadalasang nauugnay sa lubos na kaligayahan at masidhing kagalakan.

Tila ang grabidad ay isang mas mababang puwersa kaysa sa nakakaakit na mga pataas na pagkalap ng Dibinong pag-ibig! Pakinggan ang patotoong ito ni Maria Villani, isang Dominican na madre:

Sa isang pagkakataon, natagpuan ko ang aking sarili na natauhan sa isang bagong karanasan. Naramdaman ko ang aking sarili na hinawakan at nasiraan ng pakiramdam, at iyon ay napakalakas na natagpuan ko ang aking sarili na ganap na itinaas ng aking mga talampakan, tulad ng magneto na kumukuha ng isang piraso ng bakal, ngunit may kahinahunan na kahanga-hanga at kasiya-siya. Sa una ay nakaramdam ako ng labis na takot, ngunit pagkatapos ay nanatili ako sa pinakamalaking posibleng kasiyahan at kagalakan ng espiritu. Alam kong ako lang mag-isa, sa kabila nito, alam ko na ako ay nakataas ng ilang distansya mula sa Mundo, ang aking kabuuan ay suspendido para sa isang malaking espasyo ng oras. Hanggang sa huling bisperas ng Pasko (1618) nangyari ito sa akin sa limang magkakaibang okasyon.[1]

Isa sa mga pinakamalaking impluwensya sa aking buhay ay si Teresa ng Avila. Siya ay isang mistikong teologo na nakaranas ng lahat ng kanyang isinulat. Naidokumento niya ang mga yugto ng panalangin at kung ano ang pakiramdam ng iba't ibang estado ng lubos na kaligayahan. Paulit-ulit kong binasa ang kanyang talambuhay[2]. Dala ko ito sa buong mundo.

Sa kwentong ito ay nangangaral si Teresa at naramdaman niya ang isang masidhing kagalakan na paglutang sa hangin na dumarating. Nakiusap na siya sa kanyang mga kaibigan na tulungan siya kung nangyari ito. Napahiya siya!

Naramdaman ko na malapit na akong yakapin muli ng Panginoon, at minsan sa panahon ng isang sermon - ito ay sa pista ng aming patron at naroroon ang ilang magagaling na babae - nahiga ako sa lupa at sinubukan akong hawakan ng mga madre, ngunit lahat ng parehong ang masidhing kagalakan ay

naobserbahan.[3]

Naiisip mo ba yun?! Isang grupo ng mga madre ang tumalon sa ibabaw niya. Ano kaya ang naisip ng mga bisitang babae? Mukha talagang nakakatawa! Gayunpaman, siya ay itinaas sa Espiritu.

Inilarawan ni Teresa nang detalyado kung ano ang pakiramdam ng mga masidhing kagalakan. Ginagawa akong gutom sa Diyos.

Malaki ang epekto ng masidhing kagalakan. Ang isa ay ang napakalakas na kapangyarihan ng Panginoon ay nahayag. Nakikita natin na labag sa kalooban ng Kanyang Kamahalan ay wala tayong magagawa para kontrolin ang kaluluwa o ang katawan. Hindi tayo ang mga panginoon; gustuhin man natin o hindi, nakikita nating may mas makapangyarihan kaysa sa atin; na ang mga pabor na ito ay ibinigay Niya, at iyan, sa ating sarili ay wala tayong magagawa.

Nagpatuloy siya:

Nagtatak ito ng malalim na pagpapakumbaba sa atin. Ipinagtatapat ko na sa akin ay nagdulot ito ng matinding takot, sa una ay talagang matinding takot. Nakikita ng isa ang katawan ng isa na itinataas mula sa lupa; at kahit na ang espiritu ay hinahatak ito sa sarili nito, at ginagawa ito nang malumanay kung hindi ito lumalaban, ang isa na hindi nawawalan ng malay. Kahit papaano ako mismo ay may sapat na kamalayan na mapagtanto na ako ay binuhat. Ang kamahalan ng Isa na makakagawa nito ay napakahayag na ang balahibo ng isa ay tumindig, at isang malaking takot ang dumarating sa isa sa pagkakasala sa napakadakilang Diyos.

Maganda!

Ang gusto ko tungkol kay Teresa, hindi niya sinubukang lumutang sa hangin o gumawa ng anumang bagay, maliban sa pagkahulog lamang ng malalim, pagkabaliw sa pag-ibig sa Diyos. Ito ang mistiko na paraan. Ito ang paraan ng Pag-ibig.

Si St. Francis ay isang taong may hindi kapani-paniwalang integridad na sinubukan ding itago ang kanyang mga paglutang sa hangin. Madalas na nagdarasal sa mga liblib na lugar, makikita siya ng kanyang mga kaibigan na nakataas sa himpapawid. Minsan siya ay lumipad nang napakataas kaya nawala siya sa paningin:

(Kapatid na Leo) natagpuan si St. Francis sa labas ng selda (kanyang silid) na nakataas sa hangin kung minsan ay kasing taas ng tatlong talampakan, minsan apat, sa ibang mga oras ay nasa kalagitnaan o sa tuktok ng mga puno ng beech - at ang ilan sa mga punong iyon ay napakataas. Sa ibang pagkakataon ay natagpuan niya ang Santo na nakataas nang napakataas sa hangin at napapaligiran ng gayong ningning na halos hindi niya ito makita.[4]

Si Catherine ng Sienna mula sa murang edad ay madalas na lumutang sa hangin. Kahit na kakaiba ito sa amin, talagang lilipad siya sa hagdan ng kanyang tahanan! Ang kanyang mananalambuhay, si Raymond ng Capua ay sumulat:

Ipinaalam sa akin ng kanyang ina, at obligado si Catherine na kilalanin ito sa akin, na kapag balak niyang umakyat sa hagdanan ay dinadala siya sa itaas nang hindi dumadampi as mga baitang gamit ang kanyang mga paa, at sa sobrang bilis ng kanyang pag-akyat ay nanginig ang ina nahulog siya.[5]

Si San Francisco ng Posadas, isang Dominikano ay madalas na lumulutang paitaas sa panahon ng Banal na Misa:

Minsan niyang sinabi pagkatapos bumalik sa sahig na, "Hindi ko masabi kung umalis ako sa lupa o ang lupa ay lumayo sa akin." Minsan, pagkatapos bigkasin ang mga salita ng pagtatalaga, ang kanyang katawan ay umangat sa hangin at nanatiling nakabitin. Nang sa wakas siya ay bumaba, nakita ng kongregasyon na siya ay napapalibutan ng isang malaking liwanag at ang kanyang mukha ay nagbago: ang kanyang mga kulubot ay nawala, ang kanyang balat ay kasing aninag ng kristal at ang kanyang mga pisngi ay pulang-pula.[6]

Isa sa mga pinakanakakatuwa na mga santo para sa paglipad ay ang isang lalaking tinatawag na Joseph mula sa Copertino. Siya ay ganap na gumon sa Diyos at ang mga simpleng bagay ay gumagato sa kanya sa masidhing kagalakan at lubos na kaligayahan, mula sa pagkakita ng isang para sa Pasko na larawan ni Hesus, hanggang sa araw-araw na komunyon. Lutang siya sa pagitan ng dalawa hanggang tatlong oras sa isang araw. Hindi nakakagulat na siya ang patron santo ng mga piloto!

Sa panahon ng matinding mga pagsabaog ng saya na ito ay sumisigaw siya ng malakas, pagkatapos ay tumataas, lumilipad sa paligid, at sumayaw pa sa hangin. Ang aklat ng kanyang buhay ni Ama Angelo Pastrovicchi, minsan ay parang isang 'Dibinong Komedya'. Nakakatuwa!

Sa isang pagkakataon ay naroon si Joseph sa pamumuhunan ng ilang madre sa simbahan ng St. Clare sa Copertino. Sa sandaling sinabi ng koro ang berso, "Halika, ang nobya ni Kristo," nakita siyang nagmamadali mula sa sulok kung saan siya lumuhod patungo sa mangungumpisal ng kumbento, isang miyembro ng direktiba ng Reformati, hinawakan siya sa kamay, binuhat siya sa pamamagitan ng higit sa karaniwan na kapangyarihan mula sa sahig, at mabilis na sumayaw sa paligid niya sa hangin.[7]

Parang Mary Poppins! Sa tingin ko ang Diyos ay tinatangkilik ang komedya. Isipin mo ang kawawang Ezekiel!

Tapos may nakita akong parang braso. Umabot ang braso at hinawakan ako sa buhok ko sa ulo. Pagkatapos ay itinaas ako ng Espiritu sa hangin (Ez 8:3, ERV).

Nakatutuwang bagay-bagay. Magkakaroon tayo ng maraming masasayang bagay na mangyayari sa mga darating na taon. Hindi lahat ng ito ay malalim. Ang ilan sa mga ito ay para lamang sa kagalakan! Ang Diyos ay ang mapagpalang Diyos (1 Tim 1:11).

Ang paglutang sa hangin ay hindi lamang isang Katolikong pangyayari. Ang dakilang nakapagpapagaling na apostol na si John G. Lake ay nakakita ng mga himala ng pag-akyat sa langit sa kanyang mga pagpupulong. Sumulat si Lake:

Isang gabi habang nangangaral ako, bumaba ang Espiritu ng Panginoon sa isang lalaki sa unahan. Ito ay si Dr. E. H. Cantel, isang ministro mula sa London, England. Nanatili siyang nakaupo, ngunit nagsimulang bumangon mula sa upuan: unti-unti siyang bumaba sa upuan: at muli ay unti-unting nagsimulang tumaas, medyo mas mataas, pagkatapos ay unti-unting bumaba. Naulit ito ng tatlong beses. Ito ba ay isang pagbaliktad ng grabitasyon? Sa tingin ko hindi. Ang aking

sariling kuru-kuro ay ang kanyang kaluluwa ay naging lubos na kaisa sa Espiritu ng Diyos na ang kaakit-akit na kapangyarihan ng Diyos ay napakatindi kaya naakit siya.[8]

Si Propeta Bobby Conner ay mayroon ding nakakatawang kwento ng paglutang sa hangin. Si Bobby ay naglilingkod sa ibang bansa sa isang pulong ng libu-libo. Mali niyang hinusgahan ang dulo ng entablado at humakbang kaagad sa gilid. Kamangha-manghang lumutang siya sa hangin. Naalarma, mabilis siyang humakbang pabalik sa stage. Nang maglaon ay tinanong ni Bobby ang Panginoon kung bakit nangyari ang himalang ito. Sinabi ng Diyos na ginawa niya ito para hindi magmukhang tanga si Bobby!! Nakakatuwa! Yan ang tunay na pagkakaibigan!

Nagkaroon din kami ng kasiyahan sa paglutang sa hangin. Ako ay nasa Melbourne Australia, naglilingkod kasama si Ian Clayton. Sa umaga ay masasabi ko sa kanyang mukha na si Ian ay nakaranas ng isang espesyal na gabi. Si Ian ay muling nagkaroon ng walang hanggang tingin. Sinabi sa amin ni Ian ang nangyari. Sinabi niya na nagising siya sa kalagitnaan ng gabi at ang kanyang kama ay ilang talampakan ang taas sa hangin. Nagulat siya. Nagtawanan kami tungkol dito. Parang nakakatawa lang. Hindi maipaliwanag ni Ian!

Anuman ang iniisip natin tungkol sa paksang ito, malalaman ng LAHAT ng ating lahi na "KAINOS" kung paano lumutang. Ang hinaharap ay nakasulat na sa Kasulatan. Makikilala natin si Hesus sa himpapawid:

Ang Guro mismo ang magbibigay ng utos. Kulog Arkanghel! Ang tunog ng trumpeta ng Diyos! Siya ay bababa mula sa langit at ang mga patay kay Kristo ay babangon - sila ang mauuna. At ang iba sa atin na nabubuhay pa sa panahong iyon ay makakahabol sa kanila sa mga ulap upang salubungin ang Guro. Oh, maglalakad kami sa hangin! At pagkatapos ay magkakaroon ng isang malaking muling pagsasama-sama ng pamilya kasama ang Guro. Kaya bigyan ng katiyakan ang isa't isa sa mga salitang ito (1 Thes 4:15-18, MSG).

Iyon ay magiging isang kamangha-manghang maligayang araw. Magkita kita tayo sa ulap!

TUNGKOL SA MAY-AKDA

Si Justin Paul Abraham ay isang sikat na podcaster at isang internasyonal na tagapagsalita na kilala sa kanyang masayang mga turo sa maligayang ebanghelyo, ang mistikong mga kaharian ng Diyos at KAINOS bagong mga katotohanan ng paglikha. Nakatira siya sa UK kasama ang kanyang apat na anak, sina Josh, Sam, Beth at Oliver, at ang kanyang nakakainspirasyon na asawa, si Rachel Abraham.

www.companyofburninghearts.com

www.ingramcontent.com/pod-product-compliance
Lightning Source LLC
Chambersburg PA
CBHW051517120626
46551CB00012B/966